Sài Gòn tản văn

HẺM PHỐ
THÔNG RA THẾ GIỚI

NHIỀU TÁC GIẢ

Sài Gòn tản văn

HẺM PHỐ
THÔNG RA THẾ GIỚI

Sài Gòn tản văn

HẺM PHỐ
THÔNG RA THẾ GIỚI

NHÀ XUẤT BẢN HỘI NHÀ VĂN
65 Nguyễn Du - Hà Nội

Chịu trách nhiệm xuất bản:
Trung Trung Đỉnh

Chịu trách nhiệm bản thảo:
Trần Quang Quý

Biên tập: **Nguyễn Ánh Ngân**

Bìa và trình bày: **Hà Thảo**

Ảnh bìa: **Khoa Nguyễn**

Kỹ thuật vi tính: **Minh Phượng**

Phuong Nam Book

ĐƠN VỊ LIÊN DOANH
CÔNG TY TNHH SÁCH PHƯƠNG NAM

Khổ 9.7 x 15.5cm, Số ĐKKHXB: 308-2011/CXB/09-19/HNV.
Quyết định xuất bản số 275/QĐ-NXB HNV ngày 31-05-2011.
In 1.000 cuốn, tại Công ty Cổ phần Thương mại In Phương Nam.
In xong và nộp lưu chiểu quý III năm 2011.

Lời nói đầu

Sài Gòn, hai từ ngắn, gợi ra chuỗi dài những hình dung, những kỷ niệm, những buồn vui và nỗi hân hoan, những mùi, những vị, những khuôn mặt và thân phận... không dứt. Hơn 300 năm lịch sử và vài mươi năm đời người, những biến thiên lịch sử đủ để Sài Gòn pha một bảng màu rực rỡ văn hóa cho mỗi viên sỏi nhỏ trên đường đến một thế giới rộng lớn.

Người viết về Sài Gòn, không chỉ viết về ký ức hay nỗi nhớ của mình mà viết thay hàng triệu sinh linh đã gắn đời mình với miền đất mở. Những trang viết góp chiều dài lịch sử, góp cảm thức hôm nay dành dụm cho nỗi hoài niệm của ngày mai.

Nên không chỉ là câu chuyện về món ăn, thức uống, một chỗ ngồi, một con phố, một tên người..., tạp văn về Sài Gòn là diễn dịch lại chính mình trong hình dung của một thành phố bao dung. Thủ thỉ kể, thủ thỉ nghe, thủ thỉ cảm, thủ thỉ nghĩ... với Sài Gòn kềnh càng, mâu thuẫn, nhọc nhằn - loạt sách nhỏ nhưng cũng độ lượng, thảnh thơi, mềm dẻo, là sự vui thú không dành riêng cho ai. Chỉ cần để Sài Gòn tràn đầy và chảy ra trên trang viết, trên bàn phím. "Sài Gòn tản văn" hi vọng là một Sài Gòn bạn tìm kiếm, tuyệt hơn nữa là một Sài Gòn của riêng bạn. Tủ sách "Sách bỏ túi" có phiên bản tiếng Anh "Book - pocket" do ban biên tập tạp chí Sai Gon CityLife và Phuong Nam Book thực hiện. Rất hoan nghênh sự góp sức của các nhà văn, nhà báo, người viết gần xa để tủ sách thêm phong phú và nhiều ý nghĩa.

Bài viết cho những tập sách sau xin gửi về:

Ban biên tập Công ty Sách Phương Nam

Số 496 Nguyễn Thị Minh Khai P2. Q3. TP HCM

Email: bbt.phuongnambook@gmail.com

Trân trọng

Bóng câu qua lối thiên đàng

• Lê Văn Sâm

Passage Eden 1950 - Cửa sổ thủa ban đầu

Sài Gòn có chân đất núi cứng để xây nhà cao tầng vững, nhưng mặt bằng lại toàn nước, những sông cùng kinh rạch, nơi trung khu thành phố ngày mới tạo dựng, phải san lấp tốn kém. Như nơi bùng binh nước Lê Lợi với Nguyễn Huệ bây giờ, xưa là "Bồn Kèn" xây bục đá cao cho lính Pháp tới hòa tấu âm nhạc, đó là cái rốn của kênh Chợ Vải mới san lấp. Cũng do các cơ ngơi xung mọc lên từ trên trũng nước, nên khi có được tòa nhà thương xá Eden, người ta liền phong cho nó cái tên "hành lang đi bộ" - Passage Eden.

Đi tìm niên đại hình thành, theo hồi ký "*Promenades dans Saigon*" của bà Hilda Arnold, một du khách người Pháp xuất bản năm 1948, có thể xác định là vào cuối thế kỷ XIX đầu thế kỷ XX. Đúc kết qua 117 trang tour nghiên (du ký) về xã hội đô thị Sài Gòn, bà Arnold rút ra hai điểm nhấn về thành phố này, những ngày mới hình thành đô thị: Thứ nhất, Sài Gòn là một ngôi chợ lớn, tiêu biểu cho bản địa Việt Nam, bởi trên mọi nẻo đường góc phố đều có cảnh bán mua, với những lời rao chân chất, như: "ai ăn bưởi Biên Hòa?" hay "ai uống nước trà nóng không?". Thứ hai, các cơ ngơi mới xây dựng trong khoảng năm 1903-1912 và trước đó như thương xá Denis Frere, nhà sách Tự Lực, Albert Portail tức Xuân Thu, nhà đĩa hát Ménestres, Bookshop của người Ấn trong Passage Eden, là những cửa sổ của Sài Gòn thuở ban đầu mở ra thế giới, để rồi thu hương bốn phương, làm nên một nền văn hóa mà nhà biên khảo Vương Hồng Sển gọi gọn là " Tây - Nam - Miên - Chà- Chệt". Riêng cửa sổ Passage Eden dành cho những người "đi bát phố tùy thích"- Flânerie en guise - lý tưởng nhất.

Tôi nhập cư Sài Gòn từ 1948, là một chú bé nhà quê, chỉ biết tắm sông rạch Cầu Bông, câu cá hồ bèo

Kỳ Hòa nay là rạp Hòa Bình, bắt cào cào trong nghĩa địa vườn Bà Lớn nay là cư xá Đô Thành. Quá lắm cũng chỉ mới ra tới nhà sách Việt Hương hay đảo qua góc Pasteur - Lê Lợi, nhón miếng gan trên khay phá lấu chú Ba Tàu hay nhai miếng bánh cay Chà, uống ly nước mía Viễn Đông.

Mãi đến năm 1950, thỉnh thoảng tôi mới có dịp theo các đàn anh nghiệp báo lọt vào Passage Eden. Ký ức sâu rộng đối với tôi là những chiều dừng lại ngoài hành lang cửa Nguyễn Huệ, ngồi húp tô bún ốc của bà Năm Khẽo, cũng nổi tiếng như bún ốc bà Ba Bủng gần cửa Bắc chợ Bến Thành. Sau khi gia đình Năm Khẽo đi định cư ở nước ngoài, thì chỗ cũ được ông già "café bít tất" tiếp nhận, bán café kèm rượu đế nếp, nơi tụ hội văn nghệ sĩ một thời lao đao.

Không có điều kiện mua sắm hàng hóa gì, nhưng tôi cũng thích lân la, trong khi các đàn anh mải mê lục lọi sách cũ, tôi len ra nơi các tủ kính, đứng xem say sưa những chiếc đồng hồ đeo tay tối tân như Wyler, Movado, có kim nhảy màu vàng đỏ, hay đứng ngắm những hàng bút máy nạm vỏ bạc vàng. Nơi đây tôi đã có dịp quen biết ký giả Hoài Điệp Tử, nhà thơ Sa Giang Trần Tuấn Kiệt, những lần các anh có sách cũ bán được tiền, dắt tôi qua quán Thanh Vị ăn bánh bèo bì chan nước mắm ngọt ngập bánh, hay cho vào rạp cinema Eden xem phim Pháp.

Hồi đó khách bát phố mua sắm tại Passage Eden, quý ông thì áo chemise, quần trắng lốp, đầu đội mũ flechet, đi giày deux couleurs, thắt lưng đeo đồng hồ quả quýt, quý bà thì áo dài lemur, guốc cao gót, đeo kiềng vàng. Cũng có thiếu nữ Việt tóc uốn cầu kỳ, mặc jupe như đầm, xách bót tầm-phơi. Vào Passage Eden tôi có cảm tưởng như đi hội chợ, vào để chưng diện, khoe sắc hương, ngắm nghía, làm quen hơn là để mua sắm.

Ngang qua đây, thường là vào cửa Nguyễn Huệ, vòng qua góc Lê Lợi, rồi thoát ra cửa Catina, còn để ghé nhà sách Xuân Thu, café La Pagode hay kem bánh ngọt Givral. Cũng có thể qua dùng bữa nơi hành lang Continental, hay qua Caravelle ngồi café cửa đỏ. Tối đến thì mua vé vào xem cải lương nơi

Nhà Hát Lớn. Vòng về cũng bát phố ngược lộ trình cũ để trở ra cửa Nguyễn Huệ, vì bên kia là chỗ đậu hay gửi xe ôtô nơi Garage Charner góc Lê Thánh Tôn, hay đến các trạm xe bus quanh quẩn.

Passage Eden trở thành điểm trung chuyển "10 trong 1": bát phố; mua sắm; café; ăn tối; xem hát... Nhưng quan trọng hơn hết, để Eden đọng lại, đó là không gian của hoài niệm, tình tự thủa ban đầu. Từ nơi những người lính viễn phương, từ nơi những quyển sách mới cũ, từ nơi chàng trai cô gái có dịp quen và bay đi theo gió... ấn tượng một thời Sài Gòn, quê hương phồn hoa trong nô lệ. Chả thế, vì đâu mà người Việt xa xứ lại dựng lên một Passage Eden ảo ảnh trong Little Saigon ở Huê Kỳ?

1990 - Trở lại Eden xuống cấp và thu hẹp

Trong cuộc mưu sinh giữa Sài Gòn, nghề nghiệp bắt tôi cứ vài bữa lại phải ngang qua hành lang Eden một chặp, không liếc quầy báo nước ngoài mé Nguyễn Huệ thì cũng đáo trụ đèn trước mặt nhà hát gặp anh Ne chuyên bán báo dạo cho

Tây. Hôm nào sang thì lọt vào nhà sách Xuân Thu, kéo ra dắt vào một hồi, đói bụng quay qua hầm gửi xe xơi đĩa cơm tấm bì, rồi vào rạp ciné Eden ngả lưng lim dim trên ghế nệm.

Passsage Eden là do người Pháp xây, xưa cả 100 năm và đặt tên tiếng Pháp. Tôi gọi "ngang qua hành lang" trong dấu ngoặc kép là vì trong nghĩa tiếng Pháp passage còn là ngõ hẹp. Vâng, cách một ngày đã ngang qua mà phải gọi là trở lại, như tâm trạng của một người đi xa, nay trở lại thì Eden đã trở thành một ngõ hẹp, không còn là một hành lang phố thoáng đẹp như xưa.

Các ngõ vào hành lang phía bên kia đường Nguyễn Huệ, nhà hàng Thanh Vị sang trọng, chuyên bán các món ăn dân dã Nam bộ như bánh tầm bì, bánh bèo chua ngọt nay đã biến mất, xế đó, bên trong, trên lầu vẫn còn phòng trà khiêu vũ Queen Bee, nhưng bên ngoài tầng trệt lại xuất hiện một bảng hiệu nặng nề Phiêu Linh, nay mới được đổi là Tiếng Tơ Đồng. Chẳng hiểu chủ đầu tư café nhạc sống này có quan hệ gì với nhạc sĩ Hoàng Trọng hay sao, mà dám bê tên ban nhạc nổi tiếng của Hoàng Trọng làm thương hiệu "Tiếng Tơ Đồng".

Góc cuối thì "hàng lang" báo nước ngoài khoe sắc màu một thời hấp dẫn, nay đã bị dẹp bỏ, dồn vào một góc nhỏ, như tổ chim trên cành cao, người cao tuổi khó khăn lắm mới trèo lên được mấy bục cao nghều. Cửa chính ở số 104 từ khi gánh bún riêu cua của gia đình bà Năm Khẽo xuất dương, các cơ sở ngân hàng, cửa hàng mỹ phẩm, đồng hồ mắt kính hàng hiệu cũng "cuốn theo chiều ế ẩm", hành lang cổng chính chỉ có mấy anh bảo vệ sắc phục lạnh lùng, nơi chỉ có mươi bức tranh sao chép bày lơ thơ. Vào trong các cửa hàng trống, chờ thương buôn đến mướn còn đóng cửa im ỉm, may mà còn có một quầy sách cũ trụ lại, chút dư ảnh ngày xưa. Sách cũ và bà chủ cũng già hơn, ngồi buồn rầu, lâu lâu mới có vài khách đến viếng.

Vào đến giao lộ ngã ba, để rẽ qua hành lang Lê Lợi hay đảo chữ L ra cửa Đồng Khởi, thì Eden càng thấy hẹp thêm bởi những chiếc bàn giăng giăng bán cơm bình dân, bên sau những gánh hàng rong, là một cửa hàng thời trang hay quà lưu niệm, ra phía hành lang Lê Lợi, thì ngõ càng hẹp hơn bởi các tủ thuốc lá, bánh mì, nơi có văn phòng của tổ chụp ảnh dạo công viên, hẹn giao hàng. Mé Đồng Khởi tuy có một số cửa hàng khá sang trọng, như Silk EVA nhưng cũng không thể che bớt đi được, hàng rong bát nháo ở đây, hành lang còn được tận dụng làm bãi giữ xe gắn máy, nên cảnh xe vào ra chen lấn, nổ máy ầm ầm, càng làm cho "nàng EDEN mỹ miều" thêm phần ủ dột, mới chín giờ tối, người bảo vệ đã ra dùng cây móc sắt nặng nề kéo khung cửa sắt sét rỉ xuống đóng bớt cửa mé Đồng Khởi. Cũng ở mé này, vào nhà sách Xuân Thu vào thời điểm 1990 cũng không còn cái không khí yên ả để lân la mở sách. Vì nhà sách thời đó đã kinh doanh thêm băng nhạc nên rất inh ỏi, lại còn gặp khi nhà sách, đang đập phá "bộ ruột" ở giữa để đại tu nâng cấp, cửa rạp ciné Eden-Đồng Khởi vắng hoe, dù trên pano quảng cáo phim hấp dẫn: Hôm nay: *"Thế kỷ của tình yêu"*. Sở dĩ trong lúc thành phố đang mở mang, xây dựng và kinh doanh theo thời hiện đại, mà hành lang thương xá Eden cứ bó hẹp và xuống cấp nhanh, là do khối bất động sản này có quá nhiều đơn vị chủ quản, mạnh ai nay lo tự tồn tại lấy, có lẽ kể cả cách cho bán buôn, dịch vụ nhỏ để tự trang trải, mới làm cho Eden ngõ hẹp, hẹp dần, thật đáng tiếc.

Hình ảnh và âm thanh cuối cùng mà tôi ghi nhận được tại nơi Passage Eden của thời kỳ xuống cấp thu hẹp là nơi cửa mé Đồng Khởi, bên trên biển quảng cáo phim *"Thế kỷ của tình yêu"*, bên dưới cô gái chống xe đạp đợi mua quà vặt gánh hàng rong. Bên phía cửa vào Nguyễn Huệ, trong quầy sách "Xuân Thu" vắng vẻ, bà chủ Bùi Thị Tài bần thần nói đôi lời như tạm biệt với khách quen, rằng sách cũ Eden sẽ dời về nhà ở số 209 Bùi Hữu Nghĩa, Bình Thạnh, nhường chỗ cho một dự án kinh doanh mới. Bên ngoài tiếng người bảo vệ la lớn: "tắt máy giùm đi!". Có nghĩa là hành lang đi bộ, đã có xe gắn máy chạy ầm ào.

2007 - Bừng sáng thời hội nhập

Văn hào Pháp Victor Hugo từng nói "không có gì thay đổi nhanh bằng đám mây trên trời, nhưng đất nước ta còn đổi thay nhanh hơn thế nữa". Tôi

Sheraton
ARAVELLE HOTEL
centrino
AFE - ICE CREAM
Viettronimex

cảm thấy thấm thía, phấn chấn với bao ngạc nhiên, khi quay trở lại Eden vào tháng 4.2007. Từ xa xa, khối nhà sáu tầng vẫn còn ẩn một màu vàng hồi tưởng, cũng như phố Hoài của Hội An, Bao Vinh của Huế hay Hàng Buồm của Hà Nội, nhưng mặt bằng 6.000m^2 cùng lối cũ, cửa hàng bên trong là nơi chính quầy cơm trưa bình dân với cá rô kho tộ nay đã là shop Eyewear HUT, Cửu Long Jewelry, nhà kho sách cũ của bà Tài nay đã là sơn mài Saigon. Nơi góc u tối của rạp cinema Eden - Đồng Khởi chuyên chiếu phim kiếm Tàu thường trực, bây giờ đã bừng sáng lên bởi những thương hiệu quốc tế, chính diện là một pano độc tả với chữ SỐNG giới thiệu về một khu resort mua sắm, các khung ảnh là hình người mẫu thời trang. Cửa hàng tráng rửa ảnh được thay thế bởi Mỹ Ngọc Jewelry, ngân hàng Công Thương. Góp phần vào bộ mặt mới của khu hành lang xưa còn có thêm một số các thương hiệu khác Pierre Cardin, Pet shop, Versaces... Thêm vào đó là một khu ăn uống tại tầng một, với nhiều món ăn đa dạng từ Việt Nam đến Á-Âu dành cho khách mua sắm và nhân viên văn phòng của các cao ốc xung quanh khu trung tâm.

Có hai nét mới so với Passage Eden thời xuân sắc, đó là nơi chào bán các tour du lịch hấp dẫn của Global Holidays, từ đồng bằng sông Cửu Long, đến Tây Nguyên, di sản miền Trung hay Hà Nội - Hạ Long... dành cho khách quốc tế và Việt Nam. Và nơi tầng hai, có một sàn giao dịch chứng khoán, một lĩnh vực kinh doanh “hot” nhất hiện nay.

Dù sao thì Sài Gòn cũng cảm ơn các nhà đầu tư, nhờ đó đã cứu sống được một khu thương xá ấn tượng một thời, nơi từng ươm bao kỷ niệm ngọt ngào, từ những chàng chiến binh viễn xứ, những chàng trai cô gái học sinh, sinh viên, những khách hàng khuê các, những văn nghệ sĩ tài danh, hội ngộ và chia xa theo gió. Nhưng cái mới mà tôi ghi nhận, không ở cái sang cả vĩ đại của qui mô vật chất, mà ở tinh thần dung hòa hội nhập, nơi không còn chỉ dành riêng cho giới giàu sang quí tộc, mà nơi trở thành của đại chúng, giữa họ đang có những ánh mắt thân thiện bao dung.

Lê Công Kiều - Kho tàng những tạo vật phù du

• *Dennis Coleman*

Đồ đồng bắt mắt, chao đèn và đồng hồ Pháp trường phái art nouveau, cổ vật Việt Nam hay Trung Quốc... Nếu bạn đang để mắt tìm vài món trang trí hoặc chỉ thuần túy rong chơi ngắm nghía thì đường Lê Công Kiều đúng là nơi vẫy gọi, nhưng chớ để cuốn mình theo cơn cám dỗ. Còn nếu đã tính chuyện bán mua nghiêm túc thì hãy tâm niệm câu "tiền trao cháo múc" để cẩn trọng trong giao dịch, nhất là với giới du khách lượn qua nơi đây để mua sắm trong phút chốc.

Con đường chẳng dài gì. Ta có thể đi lướt qua trong vòng mười phút hoặc chìm đắm trong một

GALLIENI AERIEN
14

cuộc sục sạo lâu lắc hơn... Tôi đã gầy dựng được quan hệ giao thương tốt đẹp với một số chủ tiệm ở đây và đối với những lưu khách ngắn ngày tôi có lời khuyên chung là cứ thưởng thức cái kho tàng này - giống như cái thú khám phá kho đồ cũ của bà ngoại - nhưng việc mua sắm *thực thụ* nên để dành cho những ai có thời gian thâm nhập khu này.

Nguyên tắc một: Tránh những tiệm chèo kéo nồng nhiệt hoặc trưng bày hàng loạt vật phẩm giống nhau. Tôi dám chắc với bạn rằng những "đồ cổ" này có thâm niên chưa tới một năm. Những chủ tiệm điềm đạm và kín đáo thường có những đồ vật giá trị. Đây là những người nên tạo quan hệ mua bán. Hãy thử vào tiệm số 21 có chiếc Vespa hồng dựng trước cửa hoặc đi xuôi chừng mười tiệm, các thiên thần tình yêu đội đèn sẽ chào đón quí khách trong một tiệm tí xíu bề bộn gần ngôi trường học.

Nguyên tắc hai: Nên hiểu biết chút đỉnh về những món bạn đang tìm kiếm hoặc nhờ sự giúp đỡ của ai đó am hiểu. Đi cùng một người bạn Việt Nam hoặc phiên dịch cũng tốt, miễn sao người ấy hiểu biết hoặc đánh giá được chút đỉnh các món đồ.

Chỉ cần vài câu hỏi mào đầu là có thể phân biệt vàng thau. Bất cứ người bán nào khi được hỏi về tuổi tác các pho tượng deco hoặc đồ thủy tinh mà trả lời bằng câu "chừng mấy trăm năm" thì theo tôi đều nên khẩn trương giã từ. Tương tự, người nào dám quả quyết mớ hộp quẹt Zippo là kỷ vật chiến tranh thì cũng khó có thể coi là nghiêm túc. Những câu phán ẩu về xứ sở và nguồn gốc ly kỳ của hiện vật cũng nên bỏ ngoài tai. Chỉ nên quan tâm đến những thương nhân nào có thể nói về nguồn gốc của đồ vật một cách chi tiết hơn bình thường.

Sau khi cân nhắc thận trọng mới nên tiến đến đánh giá món hàng mình muốn mua có đúng là món họ trình bày hay không, để mua với một giá phải chăng và cũng nên quan tâm đến việc khai hải quan và các thông số tương thích về điện chẳng hạn.

Với những ai mê các món kiểu Pháp và kiểu Victoria thì sẽ không tránh khỏi bị mê hoặc bởi các ngọn đèn dầu tinh xảo, các chân nến và chụp đèn đủ màu sắc và đường nét. Chúng được đội trên đầu các thiên thần tình yêu hoặc gắn trong các chùm trang trí trần nhà khiến ai đó cảm thấy có sứ mạng phải giải thoát chúng khỏi chốn bụi bặm này để đưa về một nơi lộng lẫy nào đó ở Sài Gòn hay ngoại quốc. Điều kỳ diệu là một số chụp đèn thủy tinh, màu hồng hoa anh thảo, màu xanh vỏ chanh tao nhã hay màu trắng đục mờ, đã sống sót qua chiến tranh điêu tàn và bao bàn tay phũ phàng sẵn sàng khoái trá quẳng đi những tạo vật đẹp đẽ chỉ đơn thuần vì chúng đã trở nên cũ kỹ.

Tuy nhiên, nếu săm soi kỹ lưỡng, nhất là với con mắt nhà nghề như anh chàng Piers Allbrook bạn tôi, thì thường thấy các món đồ là một sự giao duyên giữa tân và cựu.

Thử bắt đầu với "đồ đồng," một từ được dùng rất dễ dãi, mà khởi thủy nghĩa là hợp kim của đồng đỏ với thiếc nhưng thường được pha nhiều hợp chất khác. Đây không phải là điểm trọng tâm, mà vấn đề ta quan tâm nhiều hơn là nó được tạo hình thế nào và gọt giũa ra sao. Chính những nhà buôn có uy tín cũng thú nhận rằng mấy bức tượng đồng thiên thần tình ái và chân đuốc cổ điển thường chẳng thuộc thời art deco của Pháp mà được chế tạo trong vùng. Những món nguyên thủy sẽ có dáng vẻ đồng nhất, tinh xảo và mềm mại hơn. Đồ đồng tốt thường có đường khắc sắc sảo, minh bạch và không có đường ráp như trường hợp các món đồ thời nay được đổ khuôn hai nửa ráp lại.

Có những món xem kỹ thấy được làm từ khuôn riêng và rỗng ruột, được hàn theo kiểu hiện đại, khác với kiểu hàn đổ khuôn ép trước kia. Miết ngón tay lên bề mặt hoặc nhìn dưới ánh mặt trời sẽ thấy được cách chế tạo này. Nhớ luôn luôn nhìn dưới đế món hàng, nhưng nếu muốn làm thế với một cái chân đèn cao vài bộ, chóa thủy tinh thì trí thông minh và phép lịch sự sẽ mách bạn phải nhờ họ tháo cái bóng đèn ra trước kẻo phải móc túi đền cho một mớ mảnh vụn! Xem xét đồ xưa từ dưới đế, ngoài chuyện khám phá về tuổi tác còn đem lại cho ta thông tin xác thực khác. Những chiếc bù loong hay đinh vít thời nay gắn dưới đế là chứng cứ rành rành! Một điểm nữa: các bức tượng đồng thủ công khác với tượng sản xuất trong xưởng ở chỗ chúng có những vết khiếm khuyết rất riêng giống như những người thợ đã tạo ra chúng.

Cũng như đồng, đồ thủy tinh cũng đòi hỏi phân tích cẩn thận. Mặc dù nhiều món thủy tinh giả cổ ngày nay chỉ đơn thuần thuộc loại thô, các nghệ nhân ngày càng lão luyện trong việc sáng tạo những kỹ thuật phục chế. Tất cả thủy tinh làm bằng tay đều mang dấu ấn của que sắt kẹp trong quá trình thổi thủy tinh - dấu ấn này không nói lên tuổi tác mà chủ yếu là chất lượng.

Nếu bạn đang nghiêm túc tìm mua một món đồ thủy tinh kiểu deco thì hãy tìm kiếm dấu ấn những năm tháng phai mòn ở dưới đế. Những tỉ lệ kích thước quá hoàn hảo chứng tỏ sản phẩm được chế tạo hàng loạt chứ không phải làm thủ công từng chiếc.

Còn nếu nói về những bảo vật cao cấp như thủy tinh Galle and Daum thì cái giá không bao giờ dưới mức năm con số 0 nếu bạn muốn có được sản phẩm của những nghệ nhân trường phái Art Nouveau này. Những chiếc đèn thủy tinh Galle dùng đá chạm hoặc kỹ thuật ghép lớp, ghép hoa văn thành lớp rồi

cắt bằng acid để phơi ra mẫu thiết kế hình hoa lá hoặc phong cảnh mơ màng đến bất ngờ. Còn rất nhiều điều để tìm hiểu nếu bạn đam mê thủy tinh nhưng nếu chỉ muốn tìm một tạo vật đáng mặt và đáng tiền thì Lê Công Kiều có khá nhiều.

Trừ phi bạn đang chuẩn bị lấy học vị khảo cổ hoặc nghiền ngẫm những cuốn như *"Các kho tàng ở Hội An,"* catalogue của Butterfield năm 2000, hoặc "Gốm Việt Nam" (song ngữ Việt Anh, nhà xuất bản Mỹ Thuật, 1996) hoặc hoàn toàn sành sỏi qui định hải quan khi định mang các món đồ ra khỏi Việt Nam (giả sử như đó là "hàng xịn"), còn lại thì không nên động đến mảng cổ vật này. Nếu món đồ có chút gì đó hao hao giống với bảo vật thì bạn có khả năng phải trình với Bộ Văn hóa ở Hà Nội để xin chứng nhận, đóng thuế hoặc có cả nguy cơ bị thu hồi. Những món bằng ngà cũng nằm trong danh sách hàng hóa bất hợp pháp cho nên nếu không muốn mua phải hàng nhái làm bằng nhựa thông hoặc xương bò thì bạn cũng không nên động đến mảng này.

Những ai nhớ nhung Sài Gòn xưa có thể sục sạo trong đống ảnh đen trắng để tìm vài tấm mang về nhà treo lưu niệm trên tường. Nhiều bức có cả chữ viết phía sau - có khi là một chút vết tích về số phận những con người xa xứ nay gọi là Việt kiều.

Dù sao đi nữa, hãy sắm vai khách mua thân thiện để thưởng thức dãy kho tàng thích thú này.

Nơi chúng tôi đã ngồi

• *Quốc Bảo*

Chúng tôi lớn lên bằng quán. Những ngôi quán, không tên hoặc nổi danh, vạ vật bên đường hoặc sang trọng máy lạnh, đều đã trở thành nhà của chúng tôi, một thế hệ Sài Gòn ít nhiều khác biệt với thế hệ trước và sau nó. Thế hệ chúng tôi, buồn bã và mơ mộng, chọn quán để sống và lớn lên. Để lưu giữ những tâm cảm Sài Gòn.

Trong mỗi chúng tôi đều có một Sài Gòn của chung, âm ỉ cháy như một que diêm vĩnh cửu. Nó vĩnh cửu, là nhờ quán.

Quán là nơi tụ tập của thế hệ tôi, để rồi mỗi khi rời xa, quán Sài Gòn lại hiện lên như một hình phạt. Tôi đã hứng chịu nhiều lần hình phạt ấy, khi ở Hà

Nội, ở Huế, ở Kontum, ở miền Tây Nam bộ và khi ở Phnom Penh, Bangkok.

Nơi chốn treo trên cổ người
Như một hình phạt.

Quán là nơi lần đầu trong đời, tôi chứng kiến gương mặt rũ rượi của tình yêu. Đấy là một trong những ngôi quán xập xệ ven đường Tô Hiến Thành, bên con kênh nước đen với hàng dừa tơi tả mà chúng tôi - những đứa con trai biết yêu lần đầu - gọi là Hạ Uy Di của mình. Ở đấy, nhạc mở oang oang từ máy *cassette* như để át đi những câu nói u uất của tình nhân. Nơi đó là chốn hẹn của những tình nhân phần lớn là vụng trộm. Phần lớn là bất thường, phần lớn mang gương mặt rũ rượi.

Dãy cà phê ở cư xá Bắc Hải rất thịnh vượng vào những năm 80. Nhiều quán núp dưới lớp áo lành mạnh "Nhà văn hóa phường" để nhạc hải ngoại đủ loại chen Bảo Yến Gò Công thành một *selection* khá độc đáo. Lũ sinh viên chúng tôi thường bỏ học tiết cuối, kéo nhau về đấy. Nghe đến thuộc lòng nhạc mục mà vẫn thèm. Chúng tôi bấy giờ, chẳng đứa nào có được một cái *cassette* ở nhà. Đến đâu, nghe ké nhạc ở đó. Và để ra chỉ tiêu phải thuộc lòng bao nhiêu bản nhạc, để làm vốn nuôi... tinh thần! Không biết rồi cuối cùng, bao nhiêu người bạn của tôi ngày ấy có còn nhớ nổi một giai điệu Bảo Yến Gò Công nào chăng *(Tết này anh không thèm đốt pháo!)* hay mỗi lần đi qua quán lại rùng mình quay ngoắt? Sợ quá khứ ấy mà!

Ở đường Lý Chính Thắng vào khoảng thời gian nói trên, có một quán mở trong biệt thự, mang tên Hoàng Hôn. Quán vườn, lộ thiên, rộng lắm. Và nhạc ngoại quốc mở từ đĩa nhựa thì ngọt như một giấc mơ. Chúng tôi bấy giờ học cấp ba, thỉnh thoảng nhịn quà sáng kéo nhau vào. Toàn bộ tư liệu nhạc trẻ Âu Mỹ đã được tôi nhồi nhét suốt mấy năm cuối phổ thông như thế. Ngồi cà phê mà không dám uống nhiều, chỉ xin trà đến khi nào không còn chịu nổi bộ mặt chán nản của phục vụ nữa, thì về. Hoàng Hôn nổi tiếng còn nhờ đoàn làm phim *Vụ Án Viên Đạn Lạc* đã mượn bối cảnh quay. Tài tử Thương Tín

Coffee

phóng Honda 67 xộc thẳng vào quán như một cơn lốc, gọi cà phê đen, ngồi ghếch chân lên bàn. Ghế mây, bàn thấp, nhạc Tây, cà phê sánh đặc - đúng kiểu mẫu quán Sài Gòn.

Bố Già chỗ Hồ Huấn Nghiệp là một quán đặc biệt. Chẳng sang trọng gì so với mặt bằng quán khắp nơi, thế mà đông nghìn nghịt. Đông từ bảy giờ sáng đến nửa đêm. Đấy là một quán kem, nơi chế biến loại kem làm từ hoa quả tươi theo kiểu Pháp. Trong nhà tối âm u, tủ sách cũ đầy bụi, nơi mà bạn có thể ngồi trầm ngâm bao lâu cũng được, mượn sách trên tủ đọc - những cuốn sách Pháp úa vàng quăn góc. Còn bè bạn đông vui thì ngồi vỉa hè. Chen chúc, thích cánh, bàn ọp ẹp xiêu vẹo và ghế nhựa bé tẹo, mà vui. Quán có cách quy ước vị trí bàn khách rất lạ: *cạnh đế, mai trong, mai giữa, mai ngoài, sổ vôi, sổ cửa...*, nghe cứ như những ám hiệu của một hội kín. Tìm hiểu thì biết *mai trong* là bàn cạnh chỗ cây mai ngày xưa, phía trong. Đại khái vậy. Sáng nay bạn ngồi đâu? *Cạnh đế* hay *sổ cửa*?

Cà phê Việt Nam đậm đắng, đầy bóng tối (Tôi uống từng ngụm nhỏ bóng tối - Dương Thụ). Chẳng phải lịch sử cà phê Việt đã đầy bóng tối đó sao, khi người Pháp trồng những đồn điền đầu tiên ở Đông Dương và tận dụng nhân công rẻ như bèo xứ này? Nhưng dẫu sao, cà phê cũng vô tình phân biệt Việt Nam với những nước Á châu còn lại - nơi vốn là một lục địa trà. Tôi thì xem cà phê (đậm, đắng, đầy bóng tối) như thứ linh dược. Một thứ nước uống rất Đạo. Không bao giờ bạn có thể nốc ừng ực một tách cà phê Việt. Phải nhắp từng ngụm nhỏ, cảm nhận cái đắng dìu dịu len vào, cảm nhận những ngụm nâu óng ả như những ngụm nhung tan chảy, cảm nhận nhịp tim mình tăng nhanh từng nhịp. Cảm nhận từng bó thần kinh giãn ra, rung nhè nhẹ. Một cảm giác không diễn tả được.

Đầu những năm 90, chúng tôi hay tập trung cà phê sáng ở quán vỉa hè Bà Lê Chân, một quán cóc rất Sài Gòn. Mặt bằng hẹp, bàn ghế kê chênh vênh, người cùng bàn có khi kẻ thấp người cao rất "phân biệt đối xử". Chủ quán vạm vỡ, ngoay ngoáy đánh cà phê đến khi nổi bọt như mật ong, mắt xa xăm đọc thơ, *Ta hôn em môi cực cùng ly biệt*. Chủ quán là thi sĩ Huy Tưởng.

Có một dạo, tôi thích đến quán Cô Tư ở đường Lý Thái Tổ, đối diện Nhà khách Bộ Ngoại giao. Quán lụp xụp lắm, như một chỗ dừng chân ven quốc lộ. Khách thường là dân lao động, những người đạp xích lô chiếm đa số. Cà phê pha bằng vợt vải màn kiểu đồng bằng Cửu Long. Thuốc lá lẻ bán bày trong đĩa. Ngồi đó, tựa lưng vào bức tường mà sự loang lổ và thấm dột được giấu bớt bằng những bích chương dầu gội, kẹo cao su, ngắm những vệt nắng chiều muộn ửng lên lần cuối, là một trải nghiệm không tồi. Bạn sẽ thấy lòng mình trong trẻo lại.

Tôi không thích vị cà phê Trung Nguyên, dù đấy là một dây chuyền rất đáng tự hào trong nền kinh tế trẻ Việt. Trung Nguyên đậm vẻ "hóa học" quá, vị nồng, màu thẫm và đặc quánh. Thành thử, tôi ít ghé những đại lý nhan nhản khắp nơi của thương hiệu này. Trung Nguyên dành cho những người trẻ thích nhạc Top Ten và không kén chọn cà phê lắm. À, ở đấy họ cũng uống nước cam được mà!

Một số quán mới mở dạo gần đây đầu tư nội thất đẹp. Như AQ, như Nirvana, như Windows. Có lẽ, mô hình quán đẹp cũng sẽ thu hút một thế hệ đạo-cà phê mới, sau khi lũ chúng tôi đã rời bỏ. Vì tuổi tác, vì áo cơm, vì cuộc sống gia đình. Chúng tôi chỉ còn lưu giữ những hình ảnh quán, những hương vị quán, những âm thanh quán mà chúng tôi đã trải như một kho tàng tâm cảm. Nhờ đấy, chúng tôi gắn chặt với Sài Gòn. Là một thành tố của Sài Gòn.

Nếu có một ngôi quán ước mơ cho chúng tôi ngày hôm nay, thì đấy là một nơi có cà phê ngon, chỗ ngồi rộng và không mở nhạc.

⌘

Có một chút Paris...

• *Nguyễn Huy Tưởng*

Những ký ức xúc động dưới đây về một quán cafe nổi tiếng từ những năm 50 của thế kỷ trước sẽ cho bạn ít nhiều hình dung về lối sống tao nhã và thanh lịch của người Sài Gòn.

Bất chợt, một ngọn gió dập dềnh từ phía sông Sài Gòn thổi dọc theo đoạn đường ngắn Catinat[1] cuốn về phía quảng trường Quốc Tế với nhà thờ Đức Bà, nhà Bưu Điện, bạn bắt gặp một làn hương thật dịu dàng, quyến rũ và sang cả. Và làn hương ấy (hình như) chỉ quẩn quanh trong nội khu vùng đất được xây dựng theo đường nét Gothic riêng biệt rất Tây phương, đó là khu Sài Gòn Centre, mà điển hình là nhà thờ Notre Dame,

[1] *Đường Đồng Khởi ngày nay.*

Hôtel Continental, Caravelle, thương xá Tax và rạp ciné Eden, hoặc như khách sạn có sân khấu bằng gỗ Majestic...

Nhưng với tôi, những hình ảnh đồ sộ mà hoành tráng ấy không ghi đậm trong tâm trí bằng những hàng quán đầy phong vị Latin, những café terrace như Pagode, Givral, Brodard... luôn phảng phất nét thảnh thơi mà trầm mặc nghệ sĩ của một trích đoạn phố Monmartre. Ở La Pagode, bạn có thể ngồi hàng giờ với những văn, họa sĩ, nhạc sĩ, vừa tợp từng ngụm café hay ly rượu nhỏ để tranh biện hoặc bàn soạn một "dự phóng" nghệ thuật, vừa đưa cánh mũi phập phồng ra ngoài hiên quán để hít thở chút hương vị tinh khôi một buổi sáng sang mùa. Ở Givral, bạn có thể vừa chứng kiến tận mắt vừa lánh nạn một trận bom hơi cay hung hãn đang giải tán biểu tình tranh đấu trước Hạ Nghị Viện (nhà hát lớn ngày nay), vừa nghe ngóng, trao đổi, bình luận nhiều tin tức nóng hổi với các phóng viên của nhiều hãng thông tấn như UPI, Reuters, T.T.X... luôn rộn rịp nóng bỏng thời sự.

Còn ở bên góc đường Nguyễn Thiệp khiêm tốn: Brodard, sự cộng hợp của La Pagode và Grivral, nhưng nền nã, sang trọng và đằm thắm hơn.

⌘

Thật khó thể nào quên được cái cảm giác lần đầu bước vào Brodard. Đó là một buổi chiều tháng 8, những năm đầu thập niên 60 của thế kỷ trước. Khách Việt ngồi cả với khách Tây nói năng từ tốn, những cô đầm thơm phức líu lo qua lại. Quán không lớn nhưng có nét vẻ bề thế đến kỳ lạ, nó gợi lên và khắc họa cho bạn cái ý nghĩ mơ hồ mà dằng dặc bấy lâu: ấy là màu âm của không và thời gian, khi chiếc máy chọn nhạc (mua bài hát bằng ticket) to kềnh nằm cạnh comptoir, phát ra những tiếng hát đương thời như Nat King Cole, Dalida, C. Richard, F. Sinatra... và nhất là "tiếng kèn đồng giẫy giụa" điệu Blue trầm thiết mà rạo rực của L. Amstrong làm lay động rập rền các ô cửa kính.

Và buổi chiều tháng 8 ấy, đã thật sự xô dạt tôi chìm hẳn vào một góc quán nào đó của Paris trong sách giáo khoa "Cours De Langue" thời trung học, khi ánh đèn đường vàng úa mệt mỏi tỏa chụp lên cuối phố với lừng lững hình ảnh "người con gái dựa cột đèn, châm điếu thuốc".

Brodard ngày ấy đơn giản mà nhẹ nhàng, sang trọng. Ngồi trong quán vừa thưởng thức các món ăn đặc vị Pháp vừa có thể dõi mắt chiêm ngưỡng những dung nhan điệu đà, thanh thoát bên ngoài, đong đưa theo những bước chân bát phố nhàn tản, tự tin.

Bạn có thể ngồi ở đó suốt buổi để nghỉ ngơi hay viết lách một cái gì, một feuilleton cho nhật báo chẳng hạn, sau cuộc đàm đạo nghệ thuật có phần gay go với những nghệ sĩ ở La Pagode, hoặc nóng bỏng tin tức chiến trường ở Givral. Và rồi, bạn sẽ được đón tiếp những nhân vật trên tay đầy những sách báo ngoại văn vừa mới tậu được từ nhà sách Xuân Thu sẽ trao cho bạn những thông tin sốt dẻo, như kết quả giải thưởng văn học Goncourt, cuốn sách mới nhất của F. Sagan, mục sư Luther King bị sát hại như thế nào, bài diễn văn không chê vào đâu được của W. Faulkner vừa đọc tại Stockholm... Họ cập nhật liên tục và khinh khoái là được người đưa tin văn nghệ và thời sự thế giới sớm nhất. Và thế cho nên, họ rất ngại rời xa Sài Gòn, vì chỉ cần vắng mặt một tuần lễ thôi thì bạn đã... quá lạc hậu rồi.

⌘

Ở Brodard, bạn sẽ bất chợt được nghe, một cách nhỏ nhẹ, đoạn thơ của A. Rimbaud, của Giả Đảo, của Appolinaire hay một bài thơ mới của các tác giả thời danh Sài Gòn. Ở đó luôn có những cuộc tranh biện sắc sảo về chiến tranh và phi lý, về các trường phái nghệ thuật, về phong trào tiểu thuyết mới, về cơ cấu luận, về các tác giả như H. Miller, Lukács, W. Saroyan, về hiện sinh với J. Sartre, A. Camus... Bên cạnh đấy các bạn trẻ đang thao thao về Kiều Phong của Kim Dung, về Ali Mc Graw và Ryan O'Neal trong Love Story của E. Segal với câu nói thời thượng ngọt ngào: "Tình yêu có nghĩa là không bao giờ nói hối tiếc!".

Những hình ảnh tao nhã mà đáng yêu ấy là cuộc hội tụ nhẹ nhàng từ những nẻo đường văn nghệ khắp nơi. Bạn ngồi đấy, kế cận hay đối diện một nhan sắc đậm đà mà sáng láng và tận hưởng dư vị một Dạ Tâm khúc vừa được chưng cất ngọt ngào từ phía lân lý phòng trà Đêm Màu Hồng rót sang, hoặc thẩm thì đầy nhựa khói của Khánh Ly, vừa đi chân đất vừa hát một vài melody còn thơm mùi mực của Trịnh Công Sơn trước sân cỏ Hội Họa sĩ trẻ của những Nguyên Khai, Trịnh Cung, Mai Chửng, Nguyễn Trung...

Ở Brodard, tôi được kết thân với nhiều nhà văn, ký giả ngoại quốc, nào Max thật dí dỏm và khả ái, nào J. Champlin bác sĩ nhà báo phản chiến, nào chàng Hero rậm râu người Nhật thông thái, nàng Tin duyên dáng, Margarette đoan trang và nhân ái... Ôi, tôi không sao kể hết ra được. Và các bạn, bây giờ ra sao rồi? Nhưng, một ngày nọ thú vị và bất ngờ vô cùng, tôi được làm quen và tiếp chuyện với tác giả Của Chuột và Người, giải thưởng Nobel Văn học 1962, John Steinbeck, nhân dịp ông sang Việt Nam để nghe và ngửi mùi vị của chiến tranh. Ở Brodard ngày ấy, bạn dễ dàng gặp được Phượng của Người Mỹ Trầm Lặng G. Green. Và bạn cũng có Phượng của mình ở đó. Tôi đã gặp Phượng của Nguyễn, Phượng của Trịnh Công Sơn, Phượng của Bùi Giáng. Và hẳn nhiên, cũng có Phượng của tôi.

⌘

Và Phượng,

Bây giờ em đã lưu lạc phương trời nào? Tôi đang về lại chốn xưa, góc ngã ba Đồng Khởi - Nguyễn Thiệp. Brodard của chúng ta giờ đây cũng đã khác xưa. Tôi không còn thấy bước chân nhàn tản của em phía bên ngoài ô cửa kính. Xin được nâng ly rượu đỏ và hát lại một đoạn thơ nhỏ mà em thích trong những lần gặp cũ, nơi đây, Brodard:

Đi! Đi!
Anh đưa em vào quán rượu
Có một chút Paris
Để anh được làm thi sĩ...

TB: Thân gửi Joel Broustail, pro. Uni of Paris - Sorbonne: Khi viết những dòng hồi ức ngắn này, tôi muốn đặc biệt ghi tặng bạn và cũng để dành tặng những người anh, những người bạn của thuở ấy. Xin được bày tỏ cùng bạn bằng lời của Christian Bobin trong La Part Manquant, rằng: "Chẳng phải để trở thành nhà văn mà người ta phải viết. Viết là để lặng lẽ trở về, về với tình yêu thiếu vắng trong tất cả tình yêu". Xin được chào bạn và cho tôi khép lại cuốn sách của M. Proust mà bạn đã mua tặng tôi đã quá cũ kỹ với nhiều tầng năm tháng: À LA RÉSERCHE DU TEMPS PERDU!

Đại lộ Nevski Sài Gòn

• *Thái A*

Khởi đầu từ Tòa Thị chính cũ, nay là UBNDTP và kết thúc tại tường rào bến Bạch Đằng, đại lộ Nguyễn Huệ hẳn không làm hài lòng Gogol như đại lộ Nevski ở St. Petersburg chính bởi một lẽ đơn giản, thời tiết của miền nhiệt đới không làm phong phú bộ sưu tập những khuôn mặt và trang phục của các thị dân quần tụ quanh con đường. Song biết sao được, dù các quý ông ngày nay không rắc phấn lên tóc giả và các quý bà không lùng thùng váy khung xương cá voi như thế kỷ XVI, đa dạng cuộc sống vẫn kết tinh và rắc muối mặn chát lên đại lộ. Một chất muối của vô vàn niềm hoan lạc, nỗi khổ đau, của ước vọng, thành công và thua thiệt. Đời sống của đại lộ có hơi thở riêng của nó,

phập phồng hay bức bối, êm dịu và nghiệt ngã... biến thiên theo mỗi giờ, mỗi khoảnh khắc để hình thành nên đời sống đa dạng theo đúng thành ngữ "Sài Gòn muôn mặt" vẫn được nhắc đi nhắc lại đến phát nhàm.

Cuộc sống của đại lộ khởi đầu khi nào? 0 giờ? Không đúng, bởi lúc đó những cuộc chơi chưa tàn, người ăn đêm dồn quần trên góc nối tới Hải Triều không có dáng cò vạc lầm lũi như xưa kia lớp dân chơi đàn anh đàn chị vẫn chỉ biết mỗi đêm lẩn quẩn quanh ga xe lửa. Lớp lớp xe hơi nối nhau, điểm xuyết những chiếc xe thể thao lạ hoắc mui trần, một cánh vụt tới vụt đi, đôi lúc nhả ra những đàn mỹ nữ không thể đoán định nổi gốc gác, chỉ biết rằng rất... chơi. Xuyên qua cuộc party của những lưng trần, áo hai dây là đám hàng rong khốn khổ chẳng biết thức khi nào, ngủ khi nào và từ đâu đến. Hệt như lời thơ của Quách tiên sinh người Ba Tư vẫn ám ảnh trong Ỷ thiên đồ long ký: "Không biết đến tự nơi nào. Ra đi về đâu không rõ". Cuộc chơi ăn đêm Hải Triều tất nhiên dẫn về muôn nẻo đường khuya khoắt xuyên đêm.

Đại lộ nửa đêm về sáng trầm lặng, vắng vẻ hơn. Ánh đèn khách sạn Duxton chỉ níu giữ quanh nó lẻ loi vài taxi ngái ngủ như đàn thiêu thân quanh ngọn đèn dầu hiu hắt. Lặng lẽ vòng bánh xe đạp - thứ phương tiện không mấy khi hiện diện dưới ánh mặt trời trên đại lộ. Sâu trong hẻm Bà Cả Đọi, khuất sau bờ tường bóng lộn phía Mạc Thị Bưởi và nấp sau cột điện cũ rích phía Ngô Đức Kế thấp thoáng khuôn mặt lờ vờ như ngủ gật nhưng cũng tinh như cáo của người bán thuốc lá kiêm đủ thứ thuộc về bóng đêm. Nén nhang cắm dưới chân bờ tường của đám bán lẻ phả nhẹ hương thành kính vào trời đêm.

Đại lộ thức dậy theo bước chân của cà phê vỉa hè, bánh mì kẹp lục tục dọn ra trước rất lâu tia nắng đầu tiên chạm lên đỉnh đồng hồ cao xấu xí giữa vòng xoay. Đó là thế giới của những áo thun nhàu nát, của những bàn chân xỏ dép lê lẹt quẹt không ngượng ngùng trước đôi sư tử đá ướt sương trắng bệch. Khái niệm ngắm vuốt nhau bằng mắt không tồn tại lúc này. Chỉ tới bảy giờ, khi đám công chức đầu tiên của các tòa cao ốc vác khuôn mặt lạnh lùng thả người lên ghế giữa vỉa hè để uống cà phê và nghiền ngẫu báo Tuổi Trẻ, dáng vẻ lịch lãm mới bắt đầu hồi sinh trên đại lộ. Bởi đó là lúc giày da đen bóng oai vệ chạm lên bậc thềm lát đá hoa cương, những đôi guốc nhọn như gai hồng và những tà váy mỏng như sương phấp phới trên lối vào của vô số cửa hàng, cửa hiệu, văn phòng chạy dọc hai bên. Đàn bướm đêm đã biến sạch nhường chỗ cho bầy ong chăm chỉ giữa tiếng ken két của hàng trăm cánh cửa sắt cuốn được kéo lên. Phong cách văn minh, năng động này không kéo dài tới quá chín giờ, rồi từ đó trở đi đại lộ lại ngập tràn dưới hối hả xe máy, xe hơi, xe đẩy, gánh hàng rong... những chủ nhân đích thực trong suốt quãng thời gian có ánh nắng tràn ngập không gian. Hai thế giới rõ rệt phân chia bởi những tấm kính trong. Bên ngoài nhốn nháo dừa trái, bánh flan, xí muội, sinh gum, nước rau má... được quẩy, gánh, bưng bê, tay xách nách mang... và nổi lên hùng dũng những sắc phục bảo vệ xám sẫm lượn qua lượn lại. Phía sau tấm kính, ngăn cách mỏng manh 1 cm bề dày là chất ngất hàng xa xỉ. Thế giới của hàng điện tử, sách không giảm giá, máy ảnh kỹ thuật cao, quần áo hàng hiệu và phô phang hình ảnh hệt như cuốn phim quảng cáo trước những ánh mắt hờ hững của cư dân vỉa hè. Dưới chân tòa cao ốc ngất ngưởng là lúc nhúc đĩa hình, đĩa tiếng Huỳnh Thúc Kháng lúc nào cũng nơm nớp công an và nhâng nháo hàng thập cẩm ngoài luồng. Người đi dạo là khái niệm không hiện hữu trên đại lộ, tất nhiên trừ đám du lịch ngoại quốc lúc nào cũng nhễ nhại mồ hôi và mỏi tay xua đám trẻ bán rong như đuổi ruồi. Thế giới trẻ ranh này cũng hệt như đội quân lau nhau của Paris thời Alexandre Dumas, láu lỉnh và trơ tráo như ruồi. Song không phải vì thế mà chúng không góp phần tạo nên sự đa diện của đại lộ huy hoàng.

Tất nhiên trừ thời gian ăn trưa, bởi thật thú vị khi giữa lúc ánh mặt trời chói chang nhất lại là lúc đại lộ tràn ngập sắc màu nhất. Đám nữ nhân viên áo dài tung bay tỏa ra từ những gian phòng máy lạnh để ùa ra không gian nóng bỏng bên ngoài. Những quán cơm, cà phê công sở chen chúc thực khách dường như cố ngồi càng lâu càng tốt để tiêu hết quãng thời gian trưa không ngủ. Những mối tình công sở hình như cũng hay chớm nở trong không gian chen chúc ăn trưa máy lạnh này.

Cuộc sống náo nhiệt của đại lộ dường như chỉ thoát khỏi cơn mơ màng dưới nắng khi ánh đèn đường tỏa sáng trên cao. Vầng thái dương rút ánh mắt cau có khỏi bầu trời, gió từ sông Sài Gòn thổi tung và xua sạch đám rác quần tụ dưới đường, đó là lúc những tiệm cà phê tấp nập giai nhân và từ nhà hàng Hoa Mai trên tầng thượng khách sạn Rex hắt xuống vô số ánh mắt ngưỡng mộ đường phố Sài Gòn. Đó là lúc vườn hoa trước Nhà hát lớn dần dần tấp lại từng cặp tình nhân chán trò ngồi đồng cà phê ra đây vẩn vơ ngắm nước phun và uống nước dừa bán rong. Đám thợ ảnh dạo vẫn nương nhờ danh tiếng của các tiệm hình chuyên bán phim giá đắt cho khách vãng lai từ các mái hiên túa ra đông nghẹt quanh đài phun nước. Gió lộng xua tan mệt mỏi, để theo ánh đèn càng rực rỡ dần, dòng xe bóng loáng càng tụ dần từ muôn nẻo về hướng phòng trà Tiếng Tơ Đồng. Thời điểm của xông xênh áo váy, sực nức hương son phấn và phô phang muôn ngàn vật dụng xa xỉ chằng buộc trên thân thể con người.

Gió thổi như muốn hất tung ly trên những chiếc bàn xếp kín quanh cao ốc Sun Wah, ở đó giới sành chơi ngồi ngắm nghía lẫn nhau và bình phẩm qua ánh mắt những em gái tươi tắn thả gót qua cánh cửa xe hơi. Tấp nập trong thương xá Tax những người đi dạo đa phần chỉ muốn ngắm nghía hàng và hưởng bầu không khí lạnh miễn phí. Song không phải vì thế mà hàng hóa và tiền không tuôn chảy như suối trong thời gian shopping quý giá nhất với các chủ nhân gian quầy. Đèn quảng cáo bật tối đa nhả vào không gian những lời mời gọi. Và vòng xoay shopping, lên xe xuống xe, ném ánh mắt gợi tình và lịch lãm nâng ly trong tiệm còn nối tiếp bất tận để nhịp thở đại lộ không bao giờ kết thúc.

Tôn Thất Thiệp - Bức tranh hợp tuyển văn hóa

• *Sue Hajdu*

Đối diện ngôi đền Ấn trên đường Tôn Thất Thiệp là một ngôi nhà nhỏ được xây cất bởi cộng đồng người Ấn tại Sài Gòn. Tiền cho thuê nhà được dùng duy tu hoạt động của ngôi đền nhiều năm qua. Có một dạo ngôi nhà là một nhà hàng cà ri. Rồi có lúc nó là nơi trú ngụ của một gia đình Việt Nam và là nơi họ bán điểm tâm món bánh cuốn kiểu Bắc. Cách đây 18 tháng nó được trùng tu và khai trương thành SoCoLa - một cửa hiệu hấp dẫn chuyên bán thời trang và đồ cổ theo phong cách Nhật.

Từ tầng hai của căn nhà người ta có thể nhìn thấy một cách gần gũi khung cảnh cổng vào đền và nóc đền Ấn giáo Sri Thenday Yutthapani. Ngôi

đền được xây cất bởi Chettiars, một người gốc Tamil Nadu ở Bắc Ấn. Nếu thả bộ đến showroom Samsung ở góc đường Tôn Thất Đạm và nhìn lại các bức tường vôi, bạn sẽ nhận ra vẫn còn dòng chữ xưa: Hội Nattukottai Chet... Căn nhà này từng là nhà chung của Chettiars, căn nhà kế bên số 29-31 cũng vậy, một nơi mà người Ấn hành hương thường trú ngụ. Được xây cất năm 1889, căn nhà giờ đây là tiệm kem Fanny và Temple Club. Tòa nhà phục chế kiểu thuộc địa này cũng từng là trụ sở ủy ban nhân dân, một ngôi trường tiểu học và văn phòng đại diện hãng Fuji.

Dòng họ Nattukottai Chettiars là những người Ấn đi tiên phong trong ngành ngân hàng và kế toán. Họ định cư tại nhiều đô thị Đông Nam Á, nơi mà các nền kinh tế thuộc địa đang đâm chồi nảy lộc rất cần đến kỹ năng xử lý tài chính của họ.

Dòng họ Nattukottai Chettiars có tập quán xây những ngôi đền Murugan tại bất cứ nơi đâu họ sinh sống. Ở gian trong của ngôi đền Tôn Thất Thiệp bạn sẽ thấy Thần Muruga (Sri Thenday Yut-

thapani), con trai của Shiva và Parvati và vị em trai Ganesh. Gạch lát lộng lẫy, thủy tinh trang trí sặc sỡ và những bức chân dung khổng lồ của Ghandi và Nehru khiến ngôi đền này khác biệt với các ngôi đền Ấn khác ở Sài Gòn. Khuôn viên của ngôi đền từng chạy dài đến đường Lê Lợi và ở cổng 122 Pasteur người ta vẫn còn nhìn thấy chiếc chuồng chim bồ câu cổ xưa. Ngôi đền đóng cửa đã vài năm và được dùng làm nhà kho trước khi giao lại cho cộng đồng Ấn giáo tại Sài Gòn năm 1993.

Trong khi Tôn Thất Thiệp là trung tâm của một tiểu Ấn Độ với những người cho vay tiền, các quán cà ri và tiệm kim hoàn thì một mê cung các con phố nhỏ chạy ra đường Hàm Nghi là vùng pha trộn của các cư dân người Việt, người Hoa, người Ấn và người Pháp. Muốn biết khu này ngày xưa ra sao, bạn hãy nhìn căn nhà 103 Hồ Tùng Mậu. Căn nhà đặc sắc này là một thí dụ xuất sắc của di sản kiến trúc và văn hóa pha trộn của Sài Gòn.

Cộng đồng người Ấn trước đây sống khắp quận 1. Một số chuyên kinh doanh đồ cổ, gia vị, bánh kẹo.

Những người gốc Bombay thường giỏi trong ngành vải vóc và có cửa hiệu trên đường Đồng Khởi, Lê Lợi, Hàm Nghi, Trần Hưng Đạo và bên trong hoặc xung quanh chợ Bến Thành. Những cửa hiệu vải vóc ngày nay kinh doanh tại đó là những người thừa hưởng truyền thống này và tại số 22 Phan Bội Châu, ta có thể nhìn thấy một dấu vết: J. Kimatrai.

Người Việt hay gọi người Ấn là Chà Và, đọc trại từ Java. Sự thật là người Hà Lan đã tuyển mộ người Ấn đi lính và rốt cục một số người dừng chân tại Cochin-china. Về sau, chà và được dùng để chỉ tất cả người châu Á và Trung Đông da sậm. Một số người Chà xuất xứ từ các trạm thông thương mua bán của Pháp như Pondichery và Chandernagor ở Nam Ấn. Những người Chà này có hộ chiếu Pháp và thường được tuyển dụng vào các cơ quan công quyền hoặc cảnh sát thuộc địa.

Cộng đồng người Ấn rời Sài Gòn nhiều đợt, đầu tiên là sau năm 1945, rồi sau 1954 - một số trở về Ấn, một số khác thì tìm quê hương mới tại Pháp. Sau năm 1975 vẫn còn khá nhiều người Ấn sống ở đường Tôn Thất Thiệp, nhưng dần dần họ đi khỏi và đặc trưng của con đường dần dần thay đổi, nhiều gia đình người Bắc dọn đến và các cửa hiệu mặt tiền kinh doanh thưa thớt hơn. Về đêm con đường đặc biệt yên tĩnh. Vào đầu thập niên 1980 nó bắt đầu sôi động trở lại, với một vài cửa hàng máy móc điện tử khai trương. Sau đổi mới chuyển biến trở nên dồn dập. Những người mua bán máy móc điện tử đi gõ cửa từng nhà để hỏi thuê mặt tiền.

Tại sao họ chuộng khu vực này đến thế? Dường như có chút gì đó thuộc về quá khứ của con đường đã gây ra tác động này. Thời chiến tranh, một khu chợ đen đã góp mặt vào bức tranh hợp tuyển văn hóa của Tôn Thất Thiệp. Hàng hóa tiêu dùng như quần áo, vật dụng vệ sinh, rượu và một số máy móc điện tử đã len lỏi từ các cửa hàng PX của quân đội Mỹ ra vỉa hè Tôn Thất Thiệp. Giờ đây sắc thái của con đường rất rõ nét, nhất là phía Sun Wah Tower, với thiên hình vạn trạng các cửa hàng bán máy ảnh, máy tính, từ điển điện tử, điện thoại, máy nghe nhạc và CD.

Sự hiện diện của quân đội Mỹ cũng làm sôi động con đường về đêm, với các quán bar như La Fayette thay chỗ cho các quán cà ri. Cư dân lâu năm còn nhớ các quán bar khác như Pussy Cat nằm ở số nhà 11 và Snow and Victoria đối diện bên kia đường.

Nếu không quan tâm đến bars lúc nào cũng sẵn có một loạt quán ăn để lựa chọn thưởng thức. Đức Trọng, số nhà 13, được mở vào khoảng 1960 bởi một gia đình từ miền Bắc chuyển vào Sài Gòn mười năm trước. Đó là một quán ăn nổi tiếng mà thực khách có những vị như Trịnh Công Sơn. Ba Lê mở cách đó hai căn vào năm 1970, với nhiều rượu ngon của Pháp, Tây Ban Nha và các món ăn Tàu. Chủ nhân đã học ngành nhà hàng tại Pháp một thập niên. Nếu chịu khó hỏi han, người ta sẽ chỉ cho bạn xem mẫu quảng cáo của họ năm 1972 trong một cuốn hướng dẫn dành cho ngoại kiều: Bảy ngày ở Sài Gòn.

Chen vào giữa hai quán này là Đồng Nhân, còn gọi là Tiệm Cơm Bà Cả. Quán này mới mẻ hơn nhiều, bán cơm bình dân nhưng đắt hàng nhờ danh tiếng 50 năm nấu nướng của Bà Cả tại quán gốc trên đại lộ Nguyễn Huệ. Xuôi theo con đường, nhà số 62 cạnh ngôi đền là quán Thanh Xuân Hủ Tiếu Mỹ Tho nổi tiếng, kinh doanh đã trên nửa thế kỷ. Chị của chủ quán cũng bán Hủ Tiếu Mỹ Tho tại số nhà 54. Những người chủ quán này có thể kể cho bạn nghe chuyện về ông Sampan, một người Ấn sống trong hẻm 62 và là đầu bếp của ngôi đền và cộng đồng dân chúng Ấn địa phương. Dừng bước tại các nhà hàng hay quán ăn này, bạn sẽ có ấn tượng sống động về không khí và đặc điểm của Sài Gòn xưa.

Nơi này là một Sài Gòn đang dần phai, từng ngày. Dân chúng đồn rằng toàn bộ khu phố giữa Tôn Thất Thiệp và Lê Lợi đã được qui hoạch để giải tỏa. Đây là một phiên bản của từ "phát triển". Tôi thích phiên bản khác hơn, cái mới tồn tại trong ký ức của cái cũ.

Tôi tìm thấy điều đó ở cuối đường Tôn Thất Thiệp, nơi những cửa hiệu như Temple Fleur, Monsoon và Celadon Green mọc lên và tiếp nối bởi GAYA, Saigon Kitsch, Maipropart and make studio - Ai Ka. Đúng thế, đây là những cửa hiệu thời thượng, nhưng chúng hòa nhập với sắc thái của con đường, nơi mà có một thời không một căn nhà được xây cao hơn ngôi đền. Và trong sự tinh tế kiến trúc và thẩm mỹ của SôCôLa, Temple Club, Fanny và cửa hiệu Heaven mới phục chế xinh xắn, tôi tìm thấy một sự phát triển thương mại rất đặc thù của ngày hôm nay nhưng có sự tôn trọng quá khứ và làm giàu cho lịch sử phong phú của bức tranh hợp tuyển văn hóa Tôn Thất Thiệp.

Đền Mariamman - 45 Trương Định Q.1

Ngôi đền này thờ Mariamman, vợ của thần Shiva và hiện nay là ngôi đền Ấn giáo nổi tiếng nhất tại Sài Gòn. Đền nổi tiếng vì bất cứ ai cũng có thể viếng, không chỉ người Ấn hay người Việt gốc Ấn mà cả người Việt theo Phật giáo hay Thiên Chúa giáo. Thứ sáu là có nhiều khách viếng nhất vì đây là ngày lễ dâng y. Có lẽ một lý do khác khiến ngôi đền được đông người thăm viếng là do thời chiến tranh khu vực này bị đánh bom nhưng ngôi đền không hề suy suyển.

Đền được xây cất cách đây đã 217 năm. Hai bức tượng Mariamman, còn gọi là Kaliamman hay Kali được đặt trong gian thờ bằng đá bên trong. Trước kia các tín đồ thường rước kiệu bức tượng nhẹ trên đường phố vào các ngày lễ hội. Mặc dù nghi lễ này không còn diễn ra nữa, ngôi đền vẫn gieo những ấn tượng rất sống động. Ngày lễ lớn nhất trong năm là ngày 10 tháng 9 âm lịch, thường rơi vào tháng 10 dương lịch.

Đền Subramanian - XXXX

Nam Kỳ Khởi Nghĩa, Q.1

Không chỉ là một nơi thờ phụng trong suốt 200 năm qua, ngôi đền này còn là chỗ tá túc cho các thương nhân Ấn Độ thuở ban sơ đặt chân đến Sài Gòn. Một khi việc kinh doanh phát đạt, các thương nhân sẽ tính chuyện ổn định cuộc sống lâu dài hơn, bằng cách mua nhà, cưới vợ người Việt và đưa gia đình từ Ấn Độ sang đây cùng sinh sống.

Nhiều thương nhân xuất thân từ vùng Madras và thực tế là cả bốn ngôi đền hiện diện tại Sài Gòn đều theo phong cách miền Nam. Người Ấn gốc Bombay không bao giờ muốn định cư tại đây lâu dài nên không xây cất ngôi đền nào mà lập tran thờ tại nhà.

Dòng xe cộ lướt bên ngoài tương phản mạnh mẽ với vẻ tĩnh lặng bên trong ngôi đền này thờ thần Subramanian, còn gọi là thần Murugan. Tượng thần đặt trên cổng vào, cưỡi một con công và còn đặt ở gian thờ bên trong, cùng với hai nữ thần phu nhân. Vây quanh tả hữu là các bức tượng đá sẫm màu thờ thần Ganesh và Vishnu, cũng bắt nguồn từ Ấn Độ.

Buổi sáng ở phố Miên

• *Phạm Ngọ*

"Có một phố Miên tồn tại giữa Sài Gòn?". Nhiều người đã ngạc nhiên như thế. Để hiểu, nếu chỉ nhìn thoáng qua, con phố chẳng có gì đặc biệt. Mọi thứ đã bị ngôi chợ hoa Hồ Thị Kỷ (quận 10) bề thế lấn át.

Không có những đền đài kiểu Angkor hay ngôi chùa Khơmer, phố Miên chỉ là những dãy nhà chật hẹp chạy ngang dọc thông nhau theo kiểu bàn cờ trên suốt con đường Hồ Thị Kỷ. Những lô chung cư cũng cũ kỹ, nhếch nhác. Áo quần phơi ngoài hành lang bay phất phới. Một khu lao động bình dân đúng nghĩa hiện bày trước mắt. Bất chợt, khách bắt gặp một ánh mắt lạ giữa dòng người cuồn cuộn. Đôi mắt đen đậm, buồn xa xăm. Dường như có điều gì rất lạ không thể giải thích được từ những đôi mắt nhìn của người Campuchia.

Không ai có thể nêu đích xác thời điểm phố Miên xuất hiện. Theo nhiều người, phố Miên khởi nguồn từ những năm 70. Lớp cư dân đầu tiên là những người Việt sinh sống tại Campuchia hồi hương. Ngỡ chỉ là vùng đất tạm, nào ngờ phố Miên tồn tại đến ngày nay. Đất lành chim đậu, nhiều người Campuchia quen biết từ phía bên kia cũng lục tục kéo đến đây. Có người theo chồng theo vợ nên dọn về. Có người vì chuyện làm ăn mưu sinh hay học hành mà khăn gói đến phố Miên. Dần dà, phố Miên trở thành một đối trọng với cư xá đường sắt đối diện khiến con đường Lý Thái Tổ trở nên sầm uất hơn. Bây giờ, khách thường xuyên của phố Miên chính là những người Campuchia sang Việt Nam chữa bệnh. Bỡ ngỡ với đất Sài Gòn, họ tìm đến những đồng hương để được bảo bọc hay chỉ dẫn.

Hôm nay, khách có thể dạo phố Miên bất cứ lúc nào tùy thích. Nhưng ngày xưa, nơi đây là vùng đất dữ. Người lạ trở thành những con mồi béo bở cho bọn côn đồ. Thuở ấy, cái nghèo khó đã khiến không ít người lao động phải làm liều giành giựt từng đồng bạc cắc cho mỗi bữa ăn. Phiên chợ hoa không nhộn nhịp và ấm cúng như hiện nay. Những cuộc xô xát, cãi cọ giữa các mối lái, khuân vác khiến cả khu vực biến thành một chảo lửa. Trong cơn lốc của ma túy trong thập niên 1990, phố Miên cũng bị tàn phá dữ dội đến tận hang cùng, ngõ hẻm. Những ngôi nhà vốn ọp ẹp lại càng thêm buồn vì suốt ngày đóng cửa then cài. Họ sợ vạ lây từ những con nghiện, người buôn bán ma túy. Nói về quá khứ đau lòng ấy, ông Nguyễn Anh Ngọc, một Việt kiều Campuchia cho biết: "Lúc đó, chẳng nhà nào dám cho trẻ ra đường vì sợ con mình hư đốn. Người lớn cũng không lên tiếng chào nhau vì còn nghi ngại. Cũng may, sau cơn mưa trời lại sáng..."

Phố Miên giờ đã "sạch". Trẻ em lại được chạy nhảy khắp nơi. Nhiều nhà bày hàng ra buôn bán sáng đêm. Không còn những bước chân chạy rần rộ của cuộc thanh toán đẫm máu hay rượt đuổi ma túy. Nhưng người dân phố Miên vẫn còn ánh mắt buồn xa xăm. Tiếng vọng cổ nghe sầu não vẫn phát ra từ những mái nhà tôn cũ kỹ. Cuộc sống của họ

BÚN BÒ CHÓC
នំបញ្ចុក
TƯ XÊ KÍNH MỜI
CÔNG
14

vẫn cực nhọc quanh năm nhưng như thế đã là hạnh phúc. "Phố phường giờ đã đổi thay", dì Năm Trầu vừa tản bộ, vừa cười nói.

Câu chuyện lịch sử của phố Miên sẽ còn tiếp diễn với bao điều không thể đoán trước. Nhưng khi hết buồn, phố Miên bắt đầu bày ra cho khách một diện mạo của riêng mình không thể tìm gặp ở đâu khác. Đó chính là một con đường hẻm rộng chưa đầy 10m cho khách thưởng ngoạn đầy đủ hương sắc Campuchia qua các món ăn, sản vật trong mỗi buổi sáng sớm. Đầu hẻm là quán bún bò-chóc Tư Xê với những dòng chữ Campuchia ngoằn ngoèo khiến người tha hương chỉ nhìn thôi mà nhớ xứ sở da diết. Món này được chủ quán chế biến khá công phu khi đặt hàng mắm bò hóc tận Campuchia đưa sang hàng tuần. Đến phố Miên không ăn thử tô bún bò-chóc thơm ngon quả là đáng tiếc. Tô bún luôn nghi ngút khói, thoang thoảng mùi mắm đặc trưng của Campuchia. Khi ăn vào mùi mắm lại hóa thành vị thơm của cá khiến khách ngạc nhiên thú vị. Cách đó không xa là món bún sim-lo với những khứa cá giã nhuyễn trắng tinh lẫn với nghệ xào vàng

ươm. Không bảng biển, bàn ghế tươm tất như bún bò-chóc Tư Xê, quán theo kiểu chồm hổm với dòng chữ ghi bằng tiếng Việt cẩu thả. Nhưng không vì thế mà quán vắng người.

Dân sành ăn biết đến phố Miên nhiều hơn vì nơi đây bán món xôi Xiêm không bị lai căng. Món bánh trái bí đỏ với cách chế biến lạ lùng từ sữa vẫn còn được các hàng quán bỏ công thực hiện phục vụ khách hảo ngọt. Một góc khác của con hẻm là những gian hàng chạp phô với những gói đường thốt nốt, khô cá trèn, cá chệt đúng kiểu Campuchia màu vàng óng được xỏ trong những que tre theo hình cánh cung. Những chai dầu gió đỏ, chiếc võng rằn ri, xà bông với chi chít chữ Thái... cũng góp phần cho buổi sáng nơi đây có chút diện mạo Campuchia.

Nhưng rồi mọi thứ nhanh chóng tắt ngấm khi qua giờ trưa. Phố Miên lại trở về những giây phút trầm lắng, chìm lẫn trong nhịp sống của người Việt. Người đi đường chỉ còn nhận thấy chút gì Campuchia qua những ánh mắt lạ xuất hiện lấp loáng trong những con phố.

Phạm Ngũ Lão, con đường của "Quyền lực thứ tư"

• *Lý Quý Chung (Chánh Trinh)*

Trước năm 1975, đường Phạm Ngũ Lão, nay được coi là phố Tây ba lô, là con đường của các tòa soạn báo, nhà in, địa điểm phát hành. Có cả chục tờ báo và nhà in hoạt động ở khu vực này.

Khi còn là một sinh viên ở Học viện Quốc gia Hành chánh, mới tập tễnh vào làng báo Sài Gòn, khoảng năm 1962 - 63, đầu tiên tôi cộng tác với tờ *Thanh Việt*. Cái không khí báo chí ở khu này ngay lập tức thu hút tôi. Sáng làm báo, trưa cả tòa soạn kéo nhau đi ăn ở một quán cóc quanh quẩn gần đó. Ở đâu cũng gặp nhà báo, công nhân nhà in, thợ sắp chữ, nhân viên phát hành... Chuyện làm báo rôm rả, to nhỏ từ bàn này sang bàn kia.

Những thanh niên mới vào làng báo đến đây có cơ hội gặp các cây đa cây đề mà bình thường chỉ biết tên qua mặt báo. Ở đây tôi được diện kiến những tay viết kỳ cựu của Sài Gòn những năm 60 như Tam Đức, Tô Yến Châu, Tô Nguyệt Đình, Kiên Giang, Hà Huy Hà, Cát Hữu, nhà thơ - làm báo Nguyễn Vỹ...

Tòa soạn tờ *Phổ Thông* của ông Nguyễn Vỹ nằm cách tờ *Thanh Việt* chừng 200 m. Ông Vỹ người hơi thấp, mập mạp, đầu hói, miệng lúc nào cũng như cười. Tờ *Phổ Thông* có khổ như *Kiến thức Ngày nay* bây giờ, độc giả không nhiều nhưng trung thành; yêu thơ và thích truyện sáng tác. Trên tờ *Phổ Thông*, ông Vỹ có viết một hồi ký dưới cái tựa "Tuấn, chàng trai nước Việt" (tôi nhớ thế không biết có chính xác không)

Hiện nay đang có phong trào mê truyện Kim Dung và xem *Thiên Long Bát Bộ* trên kênh HTV9 làm tôi nhớ lại cái thời báo chí Sài Gòn chạy đua đăng truyện kiếm hiệp dài kỳ của Kim Dung. Trên đường Phạm Ngũ Lão còn có tờ *Tiếng Vang* của ông chủ báo Quốc Phong, nhà vô địch khai thác truyện Kim Dung. Cuộc cạnh tranh của *Tiếng Vang* với một tờ khác là *Đồng Nai* của ông Huỳnh Thành Vị đã chia đôi số độc giả đông đảo say sưa loại truyện này.

Các bản dịch đến từng ngày bằng máy bay Air Việt Nam từ Hồng Kông. Tờ nào chờ được đến giờ chót, có những diễn tiến mới hơn, là tức thời tăng được số độc giả hôm đó.

Trên đường Phạm Ngũ Lão còn có tòa soạn báo *Tin Sớm* của Nguyễn Ang Ca và ở góc Phạm Ngũ Lão với Nguyễn Thái Học có tòa soạn báo *Bình Minh* của ông bầu Ứng. Ông Võ Văn Ứng được gọi là "bầu" vì ngoài việc sản xuất thuốc dân tộc (nhà thuốc Võ Văn Vân) và làm chủ báo, ông Ứng còn là bầu thể thao. Ông từng là bầu đội Thủ Dầu Một trước 1954 và sau đó là Chủ tịch Tổng cuộc bóng tròn miền Nam (trước 1975, không gọi Liên đoàn bóng đá mà là Tổng cuộc bóng tròn)

Sau thời gian cộng tác với báo *Thanh Việt* (1962 - 1963) tôi chuyển sang làm báo *Bình Minh*. Tờ *Bình Minh* ra đời ngay sau tháng 11-1963, khi Ngô Đình

Diệm bị lật đổ. Đây là tờ báo sớm nhất được cho phép xuất bản sau cuộc đảo chính vì ông Võ Văn Ứng và trung tướng Dương Văn Minh, người cầm đầu cuộc lật đổ, sau này là tổng thống Sài Gòn - là bạn với nhau. Khi ông Ứng làm bầu đội Thủ Dầu Một, ông Minh là thủ môn của đội này.

Làm việc ở tờ *Bình Minh*, tôi có dịp thực hiện phóng sự đầu tiên với tư cách phóng viên: đó là phiên tòa xử em của ông Diệm, tức "cậu Út" Ngô Đình Cẩn, mệnh danh "lãnh chúa miền Trung" và sau đó là cuộc hành quyết ông Cẩn tại khám Chí Hòa.

Con đường Phạm Ngũ Lão rất quen thuộc với tôi những năm 60 - 65. Tôi thuộc từng con hẻm, từng quán cóc và vẫn nhớ từng gương mặt tên tuổi của làng báo thời đó. Con đường ấy đã dẫn tôi vào sự nghiệp báo chí mà tôi vẫn cặm cụi theo đuổi đến tận ngày nay, đã hơn bốn mươi năm!

Thời gian viết bài báo, tác giả đã mất nên cần thiết phải có...

Hải Thượng Lãn Ông - Lọ lem đón Tết

• Sue Hajdu

Tôi đứng đây trên đường Hải Thượng Lãn Ông giữa lòng Chợ Lớn. Mỗi năm dễ có đến mười tháng trời phải liệt con đường này vào hàng những con đường lớn mà xô bồ nhất của TPHCM. Một không khí đặc sệt Chợ Lớn với người người ngựa xe xuôi ngược nháo nhào, nhếch nhác. Nhưng rồi thấm thoắt chỉ còn vài tuần trước khi năm hết Tết đến bỗng mấy dãy cửa hiệu san sát hai bên đường từ bưu điện đến bến xe Chợ Lớn bỗng lột xác thành một khu tưng bừng bày bán những món trang hoàng ngày Tết, trong một bầu không khí mua bán náo nức hoan hỉ của người Hoa.

Chân dạo bước như lạc lối vào hang động của Aladin, ánh nhũ vàng lấp lánh, tia đỏ rực như dung nham, sắc hồng sắc tía lộng lẫy tráng lệ, giấy gói quà phản quang rực rỡ, trăm nghìn đốm sáng lung linh tứ phía. Quang cảnh sầm uất, sung mãn nhất của Sài Gòn. Một cái chợ mê hoặc khách bởi những thứ bằng nhựa, thực chất là thế. Nhưng có hề gì. Thiên hạ đến đây bởi tín ngưỡng, hoặc, nếu không, bởi đó là cách tốt nhất để trang hoàng nhà cửa chút đỉnh theo phong cách sặc sỡ, một cách chơi màu "kitsch" rất Trung Hoa.

Hoàng hôn buông xuống, những gian hàng trở nên ăn ảnh lạ thường, khi nền trời chàm sẫm biến thành đối trọng mỹ miều cho ngồn ngộn ánh vàng sắc đỏ. Tôi thích chụp không dùng đèn flash và không lấy nét. Tôi cảm nhận được gần gũi hơn với cái cảm giác mờ nhòa của giác quan, bởi lịch, đề can, tượng Phật, kim tuyến, liễn nhung, những câu chúc, những thứ trang hoàng rẻ tiền lủng lẳng trên đầu, những con giáp hết thảy chen vai thích cánh nhìn tôi, lung linh như một ốc đảo.

Chẳng phải ngẫu nhiên mà cái chợ dã chiến này mọc lên mỗi năm một lần ở Hải Thượng Lãn Ông. Suốt chín, mười tháng ròng trong năm, người ta đến đây để mua văn phòng phẩm và dụng cụ. Con đường này là một cái chợ bán sỉ. Giữa mớ kệ nhựa, ống nước và cần xé, ta có thể tìm thấy những cửa hiệu bán máy in và giấy viết, sơn và băng keo, hoa giả và Hello Kitty. Từ tháng 11 trở đi, nhiều cửa hiệu đã chuyển sang bán đồ trang trí Giáng sinh. Sau ngày 25, họ lại chuyển sang các thứ mang màu sắc Trung Hoa-Phật giáo. Tại sao không chứ? Kiếm được tiền mà.

Chùa Ông Bổn đối diện bên kia đường, bến xe nằm xích xuống một chút, còn chợ hoa Tết nằm ngay góc Châu Văn Liêm. Chắc chắn sẽ có lũ lượt người đi mua sắm và ngắm nhìn, suốt ngày đêm.

Quả là một lý do chính đáng để hầu hết các tay thư pháp chuyên nghiệp của Chợ Lớn dựng gian hàng đóng đô ở đây vào tháng chạp. Kim Hỷ có tiệm thư pháp ở 25 Lão Tử, nhưng giáp Tết thì dời tiệm xuống đây. "Công việc căng lắm. Chiều tối, sau giờ cơm, là lúc đông khách nhất, cả tháng trời tôi về tới nhà thường 11, 12 giờ đêm". Càng giáp Tết nhịp độ càng tăng dần, có những gian hàng đến sau nửa đêm mới đóng cửa, cũng lại có những gian mở cửa suốt đêm. Thế rồi mọi hoạt động ngừng phắt lại trong những giờ khắc cuối cùng của năm cũ vì chính những người bán hàng cũng phải về nhà chuẩn bị đón Tết.

Thiên hạ thường tìm đến những tay thư pháp để mua câu đối ngày xuân. Đây là những dải giấy đỏ treo dọc có phác chữ nhũ vàng mà ta thường thấy treo trước ngõ, trước cửa hoặc bàn thờ gia tiên trong nhà người Hoa (và một số người Việt). Thường thì mỗi câu có bốn chữ và ngụ ý cầu mong vận hội, thịnh vượng, phúc lộc hay trường thọ cho năm mới. "Thỉnh thoảng tôi cũng có khách hàng phương Tây", Kim Hỷ kể. "Họ ghé lại, tò mò hỏi tôi đang viết chữ gì, rồi cuối cùng là mua". Từ 5.000-50.000 đồng, tùy theo kích cỡ, câu đối ngày xuân làm bức tường trở nên sống động, nhắc ta nhớ đến ước vọng của bản thân trong năm mới.

Và sau cùng, chưa thể gọi là đi chợ Tết nếu thiếu một thứ quan trọng ngày Tết - bao lì xì, tức những phong bì nhỏ nhắn màu đỏ để đựng tiền "lì xì". Rắc rối sẽ đến với ai quên chuẩn bị món này trước Tết. Không có câu đối nào ngăn nổi bọn trẻ con khi chúng chưa nhận được tiền lì xì. Ghé qua Hải Thượng Lãn Ông, không nhiều thì ít, ai cũng có thể tìm thấy chút vật phẩm hoặc không khí cho mình.

Từ Ả Rập đến đồ cổ: đời sống con đường Lê Công Kiều

• *Sue Hajdu*

Lê Công Kiều, một khoảnh đường ngắn cũn chạy từ Bảo tàng Mỹ thuật đến Nam Kỳ Khởi Nghĩa, là nơi thiên hạ tìm đến mỗi khi muốn lục lọi những mớ đồ cũ để tìm chút thú vui đậm màu quá khứ - một chiếc huy hiệu sắt tráng men của người cộng sản, lấp lóa ánh mạ vàng và ruby đỏ, mấy chiếc muỗng bạc của một con tàu vượt đại dương từ giữa thế kỷ trước, một cuốn album ảnh bìa da cứ chực rít lên dưới tay người mở. Hay người ta cũng tìm đến đây để tái hiện lại Đông Dương trong nhà mình, với bao nhiêu là tủ và bàn xưa, quạt điện xưa Marelli, đèn dầu "Phú lang sa." Hay có khi chỉ vì kỳ

Dầu lửa Con Gà. ប្រេងកាតរូបមាន់
上等雞牌火油
三達域琴公司
STANDARD - VACUUM
OIL COMPANY

vọng chút vận may ở cái chén sứ một trăm tuổi đời, theo lời mách của chị bán hàng.

Thật ra thì Lê Công Kiều chính là con đường bán đồ xưa của Sài Gòn, cũng là con đường bán đồ xưa duy nhất của ba nước mà một thời từng là Đông Dương thuộc Pháp. Thế nhưng con đường chuyên kinh doanh những hiện vật từ bề dày của Sài Gòn, thì ngược lại, chính nó lại có một bề dày thật vắn tắt. Đường này thuộc loại xưa nhất vùng Sài Gòn thời Pháp thuộc nhưng lúc đầu chỉ là con hẻm. Ngày 26-4-1920 nó được mở rộng và đặt tên là đường Reims. Từ ngày 19-10-1955, chính quyền Sài Gòn đổi là đường Lê Công Kiều, theo tên của Đốc binh Kiều thời nhà Nguyễn, một chiến sĩ Cần Vương chống Pháp. Suốt bao năm tháng, đây là một con đường yên ắng với những dãy tư gia và nhiều người không hề biết đây chính là lãnh địa của cộng đồng người Ả Rập tại Sài Gòn.

Những người Hồi giáo đã đặt chân đến Champa ngay từ đầu thế kỷ XI. Trải qua nhiều thế kỷ tiếp nối, các thương nhân người Ả Rập và Hồi giáo đã an cư lạc nghiệp tại nhiều đô thị ven biển khắp vùng Đông Nam Á.

Ta có thể hình dung được cảnh tượng các thanh niên trai tráng ấy những năm 1920 và 30, bôn ba từ Yemen, Somalia hay Djibouti, chân ướt chân ráo bước lên bến cảng sông Sài Gòn, lòng bao thấp thỏm chẳng hay tương lai nào đang chờ đón trên miền đất lạ này. Một cuốc xích lô viếng đền Masjidil-Rahim chắc cũng đủ cho họ chút cảm giác an tâm với cộng đồng và cả những bè bạn mới từ Indonesia và Malaysia. Ngôi đền này xây cất năm 1885, xưa nhất tại Sài Gòn, còn đường Reims thì cách đó chẳng mấy bước, ắt hẳn một bữa ăn tươm tất kiểu đạo Hồi đang chào đón họ cùng với một chiếc giường để ngon giấc qua đêm.

Các bậc cao niên ở Lê Công Kiều vẫn còn nhớ phở Lạc Long ở nhà số 66, một quán ăn Hồi giáo nổi tiếng và ông Hussein, một mạnh thường quân Ả Rập kết duyên cùng một phụ nữ Chăm, thường cưu mang những người nhập cư mới đến. Đến khi đã có công ăn việc làm ổn thỏa, họ thường đóng góp những khoản nhỏ cho quỹ của ông Hussein để rồi quỹ này lại dùng để trợ giúp những người mới đến khác tìm chỗ trú ngụ hay việc làm. Nhiều người Ả Rập trong số này dùng tiếng Pháp lưu loát và cũng nói tiếng Việt trôi chảy. Họ thường cưới phụ nữ Việt Nam rồi sau đó các phụ nữ này cũng cải đạo theo Hồi giáo. Con cái họ lớn lên được học kinh Koran trong một ngôi đền nào đó của Sài Gòn trong khi vẫn cắp sách theo hệ thống trường lớp chung của xứ sở.

Với những con người này, kiếm sống ở Sài Gòn thoải mái hơn ở quê nhà trong điều kiện kinh tế khó khăn. Nếu ăn nên làm ra, họ sẽ sắm ngay một căn nhà phố ở đường Reims. Bất động sản khu này hầu như do Hui Bon Hoa xây dựng. Chú Hỏa, một cái tên quen thuộc với dân chúng, đã hai bàn tay trắng gây dựng cơ ngơi từ nghề ve chai. Căn nhà theo lối art nouveau của ông giờ đây là Bảo tàng Mỹ thuật TP.HCM. Ông ta cũng là người đã lập nên Bệnh viện Sài Gòn trên đường Lê Lợi, địa chỉ mà người nghèo tìm đến để được thuốc thang miễn phí.

Nhìn chung thì lịch sử cộng đồng Ả Rập tại Sài Gòn cũng hao hao lịch sử của người Ấn nơi đây. Thật ra thì cả hai cộng đồng đều thường xuyên bị gộp làm một trong tiếng cửa miệng của người bản xứ khi nhắc đến những người da sậm: Chà Và. Khi người Pháp rời khỏi sau 1954, nhiều người Ả Rập cũng ra đi, nhưng cũng như người Ấn, họ đi khỏi nhiều nhất vào 1975. Một năm sau, hầu hết người Ả Rập tại Sài Gòn đã xong giấy tờ. Có người đã bán được nhà, có người cứ bỏ trống và đi khỏi.

Hồi giữa thập niên 1970 thành phố có nhiều nhà trống, do những người nước ngoài về nước hoặc những gia đình rời xứ sở để lại. Các gia đình người Bắc dọn đến. Khi kinh tế trở nên khó khăn, vì chật vật cho bữa ăn hoặc lo liệu những chuyện khác, người ta lại gom đồ trong nhà để bán ra ngoài.

Phút chốc Lê Công Kiều trở thành con đường buôn bán, bon chen cùng mấy con đường lân cận như Hàm Nghi và Lê Thị Hồng Gấm. Bất cứ thứ gì có giá trị thị trường đều được bày bán - bàn ghế xưa, đồ sứ Trung Quốc và Nhật, sách và tạp chí, quạt trần, đồ pha lê, quần áo, đồng hồ. Khu chợ tùy tiện này tràn kín con đường, xe cộ không lưu thông được. Không khí mua bán tiếp diễn đến giữa những năm 1980 với dụng cụ nhà bếp, đồ điện và dụng cụ thể thao. Tất tần tật đều là hàng second-hand vì thời bấy giờ xứ này không có hàng nhập khẩu. Cảnh mua bán kiểu này ngày nay vẫn còn diễn ra ở đầu đường Lê Công Kiều giáp Nam Kỳ Khởi Nghĩa.

Nhắc đến chuyện thời ấy một cách tường tận, lời kể mỗi người một khác, nhưng dường như có lúc chính quyền không chấp nhận kiểu mua bán chợ trời này. Mong giải tỏa gọn ghẽ khu này, nhà nước đã bố trí cho những người bán hàng vào các khu chợ lân cận như Yersin, Bến Thành và Tôn Thất Đạm. Đời sống chợ búa của Lê Công Kiều lặng đi vài năm, cho đến khi những người bán hàng lại được phép quay về. Rồi đến những năm 90, công việc mua bán có vẻ ổn định lâu dài khi chủ hàng dần dần dọn từ các sạp ngoài đường vào trong phòng mặt tiền của các căn phố.

Thời ấy, Lê Công Kiều vẫn còn đầy những thứ đồ xưa cũ. Con đường đậm đà không khí ngẫu nhiên, đồ đạc tích cóp hơn bây giờ. Cảm giác về nó là sờ sợ, mốc meo, bụi bặm. Người ta có cảm giác như chực bắt gặp một cuốn Americana đích thị, một cái máy ảnh Leica kiểu cổ, hay là một cái đồng hồ thập niên 60 hàng hiệu. Vẫn còn một vài người phương Tây lui tới, nhưng người Campuchia và Thái thì đến để mua vét lấy một chút vụn vặt quá khứ của Sài Gòn. Một vài cửa hiệu ngày nay vẫn còn những mớ hàng hóa hỗn độn một cách hấp dẫn, nhưng chắc là mỗi ngày một khó hơn để tìm ra nguồn hàng như thế.

Những sạp cuối cùng trên đường phố đã gọn ghẽ vào giữa những năm 90, khi du lịch bắt đầu bùng nổ cùng lúc với các gia đình người Bắc dọn đến đường này. Mấy năm nay, phong vị Hà Nội ngày càng gia tăng nơi đây với những chiếc lá vàng điểm xuyết trên sơn mài, tủ kệ gỗ sậm màu bày tinh tươm trong mấy cửa hiệu đầu chợ. Không tránh khỏi Lê Công Kiều đang dần mất đi không khí ngao du mua bán lạc-xoong để nhường chỗ cho sản phẩm sao chép, chế tạo hàng loạt.

Tuy nhiên vẫn còn có thể tìm thấy nhiều thứ xưa cũ, có thể là đồ cổ hay là đồ xưa thế kỷ XX. Hàng hóa được thu mua bởi những thương lái đi khắp Việt Nam, rồi bán lại cho các cửa hiệu chuyên biệt về một vài mặt hàng. Thế nhưng dù có mỏi mắt trong mớ đồng xu tiền Việt hay tiền Pháp, chai lọ thập niên 70 hay chậu gỗ những năm 30, vali hay lọ nước hoa, khung trang gỗ chạm hay tem xưa thế giới cũng chẳng ai tìm thấy dấu vết gì của cộng đồng Ả Rập ngày trước ở Sài Gòn. Đến Lê Công Kiều sẽ chẳng ai được nghe những cái tên như Aarif, Abdul hay Mohammed. Những âm thanh ấy chỉ còn vang vọng trong ký ức vài ông lão.

Dấu xưa ở Sài Gòn

• *Yên Ba*

"Paris hấp dẫn không chỉ vì có tháp Eiffel, Nhà thờ Đức Bà, mà còn bởi những hiệu sách cũ dọc sông Seine", câu nói ấy của một nhà văn cứ ám ảnh tâm trí mỗi khi tôi có dịp vào Sài Gòn. Bởi vì với tôi, sức hấp dẫn của Sài Gòn cũng nằm ở những hiệu sách cũ.

Tôi còn nhớ lần đầu tiên một mình theo tàu lửa vào Sài Gòn là vào cuối những năm 70 của thế kỷ trước, sau giải phóng vài năm. Một trong những động lực thôi thúc tôi thực hiện chuyến độc hành ấy chính là lời đồn đại của những người có dịp ghé qua Sài Gòn những năm đầu sau giải phóng. Không chỉ tủ lạnh, xe máy, những thứ mà ở miền Bắc hồi ấy rất thiếu, một trong những nguồn cơn hấp dẫn tôi nhất

chính là câu chuyện về một chợ sách cũ của Sài Gòn. Hấp dẫn ghê gớm!

Bởi vậy nên vào Sài Gòn hôm trước, hôm sau, theo lời chỉ dẫn của người anh họ, tôi nhào ra ngay chợ Bến Thành. Từ cổng chợ đi chếch sang phía bên kia bùng binh, qua đường Calmet một đoạn ngắn tới phố nhỏ nằm ngang, tôi bất chợt thấy mình lạc vào một thiên đường sách cũ. Chợ sách Đặng Thị Nhu.

Những ai đã chót vướng phải cái thói mê sách hẳn là hiểu được cái cảm giác hạnh phúc khi đứng trước một kho tàng sách cũ ẩn chứa bao điều bí mật. Mà đây lại là cả một chợ sách, một biển mênh mông những điều bí ẩn. Trên suốt dọc con phố hẹp, những quầy sách chia thành từng ô san sát nhau. Trong mỗi ô, người chủ hàng ngồi lọt giữa những chồng sách cao lút đầu người. Sách còn treo lủng lẳng trên các lối đi. Đấy mới chỉ là bề nổi của chợ sách. Bởi nếu bạn có bất cứ một yêu cầu gì (tất nhiên là trừ những cuốn sách in ở miền Bắc còn khá hiếm), người chủ hàng chạy đi đâu đó và dăm phút sau đã quay lại với cuốn sách mà bạn cần! Bạn sẽ dễ dàng có được cái cảm giác sung sướng rờn rợn ở sống lưng khi tìm được một cuốn sách quý hiếm, một điều không khó khăn lắm ở cái chợ sách cũ Đặng Thị Nhu này.

Nhưng khốn khổ cho cái thằng tôi, một thân một mình vào đất Sài Gòn hoa lệ, nào có rủng rỉnh tiền bạc trong túi. Bởi vậy tôi chỉ có thể mê mải đi từ đầu tới cuối chợ sách cũ, thèm thuồng ngắm nhìn những gáy sách cũ sờn theo thời gian, rồi cuối cùng cắn răng bỏ những đồng bạc eo hẹp ra để mua cuốn... Kinh Thánh, một ấn phẩm còn khá hiếm ở miền Bắc lúc bấy giờ.

Cái ấn tượng về chợ sách cũ Sài Gòn ấy, tôi sẽ chẳng bao giờ quên được.

Những năm sau này, khi vào Sài Gòn, tôi cảm thấy hụt hẫng khi chợ sách Đặng Thị Nhu đã biến mất, trả lại cho thành phố một con đường vắng hoe, buồn bã... Chẳng hiểu sao, cái cảnh tượng hiu quạnh ấy cứ làm cho tôi nhớ đến câu thơ cũ theo thời gian:

"Những người muôn năm cũ

Hồn ở đâu bây giờ".

Nhưng khi đã mê sách như một người tình si thì Sài Gòn bây giờ vẫn còn những hiệu sách cũ đủ để mời gọi tôi trở lại.

Dãy phố có nhiều quán bán sách cũ nhất ở Sài Gòn hiện nay là Trần Huy Liệu. Nhưng để tìm được một cuốn sách ưng ý ở dãy phố này, bạn sẽ phải mất rất nhiều công sức do lẽ sách cũ ở đây chủ yếu là nguồn trôi nổi, chủ hàng mua từ người bán dạo, những người túng tiền mang sách đi bán... Nói cách khác, đây là một "chợ sách" tương đối bình dân, khó có thể tìm được những cuốn sách quý hiếm.

Nơi tôi bao giờ cũng lui tới mỗi khi có dịp ghé Sài Gòn là dãy cửa hàng sách cũ trên đường Nguyễn Thị Minh Khai, chỗ gần đối diện với bệnh viện Từ Dũ. Khoảng mươi cửa hàng liền kề nhau. Nhiều chủ hàng ở đây làm đúng kiểu những người mua bán sách cũ "thứ thiệt" vẫn làm: tới tận nhà mua sách từ các tủ sách gia đình. Bởi vậy mà sách khá đa dạng, phong phú. Nếu gặp may, bạn vẫn có thể

India
China
Italy
Japan
Germany
Canada
Australia
China
Mexico
England
France
USA

mua được những cuốn sách quý hiếm như một tác phẩm của Trương Vĩnh Ký, Huỳnh Tịnh Của hay những ấn bản báo chí tưởng đã thất truyền từ lâu vô cùng hiếm mà người chơi sách thèm thuồng: Nam Phong, Phụ nữ tân văn, Đông Dương tạp chí... Đôi khi, lọt ra đây có cả những ấn bản trong các tủ sách đã trở thành huyền thoại như của ông Nguyễn Ngọc Thơ, Vương Hồng Sển hay tủ sách của cụ Hoàng Xuân Việt, một trí thức Sài Gòn cũ...

Sài Gòn có nhiều hiệu sách cũ nên cũng có nhiều "cao thủ" chơi sách cổ nức võ lâm. Lang thang nhiều ở những chợ sách cũ Sài Gòn, tôi có cơ duyên được gặp gỡ, làm quen với một vài cao thủ. Một trong số đó mà giới chơi sách Sài Gòn hầu như ai cũng biết là ông Tuấn, biệt danh Tuấn "sách", nhà ở đường Trần Huy Liệu. Đây là người thuộc vào diện nhìn thấy sách quý thì "rụng rời chân tay", một kho từ điển sống mà dân chơi sách muốn tham khảo hoặc lùng tìm những cuốn sách quý không thể không đến "thỉnh thị".

Hay như anh Gia ở Điện Biên Phủ, anh Đức chủ hiệu Kỳ Thư trên đường Võ Văn Tần, anh Cầu "béo" ở cửa hiệu Minh Ngọc trên đường Nguyễn Thị Minh Khai, nay mới mở thêm một cửa hàng nữa cũng ở Võ Văn Tần... Họ mua bán sách để sinh nhai, nhưng đồng thời cũng là những người có một vốn hiểu biết trác tuyệt về sách cũ Sài Gòn, một thế giới bí ẩn mà nếu như không có nhiều năm lăn lộn và sống cùng nó thì khó có thể hiểu hết được. Tiếp xúc với họ, tôi biết có một Sài Gòn xưa cũ qua những trang sách ố màu thời gian, một thế giới của những người vẫn nuôi lòng đam mê với sách bất chấp những dâu bể và đời sống tất tả mưu sinh.

Những người như thế, cùng với các quán sách cũ, là những dấu xưa Sài Gòn.

Qua ô cửa kính

• *Quốc Bảo*

Đấy là một sáng nắng thật tươi hay một chiều thật xám. Đấy là một đám bạn bè hàn huyên to nhỏ hay đơn độc một kẻ ngồi. Có thể thế này và có thể thế kia. Nhưng quán thì vẫn thế, vẫn ngôi quán ấy, với những khung cửa kính vuông vức cách ngăn người trong - thường trầm ngâm và hơi ảm đạm - với thế giới ồn ã ngoài kia.

Quán có tên Givral. Một cái tên francophone đến khó ưa, vì người không biết tiếng Pháp rất kỵ đọc từ này.

Givral, quán của tôi. Một thời tuổi trẻ của tôi. Và hai mươi năm trước đó, một thời tuổi trẻ của cậu tôi.

⌘

Tôi còn nhớ như in một buổi chiều tôi sáu tuổi, đấy là lần đầu tôi được bát phố với người cậu ruột, sinh viên Triết, với tư cách hai-người-đàn-ông-Sài-Gòn. Trong khi chờ đến xuất chiếu phim *Le Petit Poucet* (Thằng bé Tí Hon) ở Rex, chúng tôi ghé Givral sau khi đảo một vòng nhà sách Xuân Thu để nhặt một cuốn R. Descartes mong mỏng giấy vàng cho cậu và vài số Astérix cho tôi. Tôi, sáu tuổi, vào quán cố ngồi thẳng lưng ra vẻ người lớn, gọi Coca thay vì ăn kem và khước từ món bánh choux-crème vốn rất mê. Góc phố Lê Lợi - Tự Do (Đồng Khởi ngày nay) khi ấy còn thênh thang, khách bộ hành lững thững ngó nghiêng chứ không cắm đầu rảo bước như bây giờ. Ít người bán báo, tuyệt nhiên không có nhân viên bảo vệ cũng như giữ xe máy. Hè phố rộng, nắng chiều xiên xiên ô kính và mưa bay nhẹ, tạo điều kiện cho một gã đàn ông lên sáu mơ có thật nhiều buổi chiều bát phố thế này suốt đời và tôi đã cố tập phát âm tên quán sao cho parisien nhất, với âm "g" và "r" đặc trưng. Coca thì hăng nồng ga đến mức gây sặc, còn quán thì mờ một màn sương khói thuốc Bastos Luxe. Bây giờ, thỉnh thoảng tôi vẫn có những giấc mơ ngắn về Givral thế kỷ trước, Givral quá khứ hơn ba mươi năm với nguyên vẹn hình ảnh và mùi vị sống động như một thước phim tư liệu.

Cậu tôi nói, Givral nguyên là một hiệu thuốc tây. Tôi không quan tâm lắm đến điều ấy, mãi hai năm gần đây mới để ý đến chi tiết lịch sử cậu đã kể khi tôi thấy bức vẽ trên tường quán lúc được sửa lại. Tôi chỉ cảm nhận rằng, Givral có một cái gì đó giả-lịch-sử, một thứ lịch sử vay; nó giúp người Sài Gòn xưa rót đầy giấc mơ Pháp - chẳng cần đến Paris vẫn thấy được ngồi cà phê Quartier Latin. Chắc là thế, vì cách đây khoảng mười năm, tôi đã nhiều lần gặp một ông khách tóc bạc trắng, chống can, kẹp nách một cuốn sách Pháp ngữ nhàu, vào quán chỉ gọi một cốc vang đỏ và ngồi cả buổi chiều. Ông hẳn đang mơ mình đi dạo với G. Apollinaire. Cũng có thể ông đang hồi tưởng những năm đầu thập niên bảy mươi của thế kỷ trước, Givral đầy nhà báo ngoại quốc kéo sang từ khách sạn Continental bên kia đường. Ông khách có lẽ là một cựu giáo viên Pháp văn, hoặc công chức sở Pháp một thời.

Mười năm trước, bàn ghế Givral kiểu khác, nhỏ gọn, ít tiện nghi hơn, không cho phép ngồi lâu, nhưng dường như khi ấy không khí quán êm hơn, từ ô kính nhìn ra phố thấy con người hiền lành và nhẫn nại hơn. Givral chỉ mới mở nhạc dạo sau này và nhạc đã phá vỡ hết tinh túy. Quán bỗng nhiên phải chịu đựng những bản hòa tấu vụng về và Celine Dion chói tai. Hình như quán chỉ có một đĩa nhạc mở đi mở lại, nên nếu cần, khách dùng nhạc để biết thời gian. Ta có thể quyết định ngồi ba lần Celine Dion hay hai lần "Có phải em mùa thu Hà Nội" tùy ý.

⌘

Khi con trai tôi mười ngày tuổi, tôi đưa nó vào Givral, nằm trong một cái giỏ. Đây đó, những đứa trẻ sơ sinh Tây phương cũng được "đi cà phê" cùng bố mẹ và chúng nằm như những ổ bánh mì xinh xinh trong xe nôi. Đi cà phê, tiếng vậy song cà phê và những thức uống khác của Givral không hề

thu hút. Đã bao nhiêu lần, tôi phân vân đọc thực đơn vốn đã thuộc lòng mà không thể nghĩ nổi một thứ đồ uống vừa miệng. Cái thu hút người ta đến Givral, là ở chính Givral. Một Givral đầy lịch sử (hay giả-lịch-sử) và hơn thế, lại có quá nhiều may mắn để đắp dày lớp áo lịch sử của chính nó. Phim *Người Mỹ Trầm Lặng* là một ví dụ. Khách đến Givral đông hẳn từ khi biết "Phượng đã ngồi đây". Mà đâu chỉ Phượng! Trịnh Công Sơn, francophone điển hình, đã ngồi đây suốt những năm cuối đời - nơi mà như anh nói, "qua ô kính thấy phố đẹp và hiền từ".

Nhưng bản thân Givral chẳng hề francophone "thuần thành" như ta thường gán cho nó. Nó Việt, nó Sài Gòn vì những người khách mới ồn ào và chuông điện thoại di động, vì hủ tiếu Nam Vang và lẩu. Nếu hòa vào dòng ấy, bạn sẽ thấy Givral chẳng khác gì những quán tạp nham ở bất cứ ngõ ngách Sài Gòn nào. Còn muốn bảo lưu không khí Pháp-nhiệt-đới xưa, hãy chọn lúc vắng khách, vào uống tách cà phê đậm và nhấm nháp chút bánh ngọt, ngắm khách bộ hành lầm lũi rảo bước, ngắm những người giữ xe máy nhỏ bé vắt vẻo trên yên xe khách, ngắm nắng xiên ô kính và mưa mờ bay những buổi chiều muộn. Chẳng ai bắt ta phải đọc tên quán đúng giọng Pháp! Thì đấy, Givral đã đón những Trung Nghĩa guitarist, Jun Nguyen-Hatsushiba nghệ sĩ tạo hình gọi quán bằng cách phát âm Mỹ; Ngô Thanh Vân ca sĩ gọi giọng Na Uy và vô số khách quen giọng Việt. Đã sao? Givral không khước từ ai, vì nó vốn biết những người đến trong suốt mấy mươi năm nay đã làm nên lịch sử cho nó. Lịch sử thật. Lịch sử lồng trong lịch sử Sài Gòn, lịch sử của những người vốn hướng ngoại và lạc quan song lại sẵn lòng dành một phần ba đời mình cho những hồi ức niên thiếu.

Givral, quán của tôi, quán của cậu tôi, quán của con trai tôi.

Cũng chẳng phải. Quán của dân Sài Gòn.

Quán Chùa - La Pagode Chuông không tiếng tự bao giờ...

• Nguyễn Đạt

Sài Gòn, những năm đầu thập niên 1960, La Pagode, lúc ấy chủ nhân còn là người Pháp, hiển nhiên là Chùa - không - chuông. Ấy có lẽ do quán có tên chùa nên cũng mang theo nó vẻ u trầm: bàn ghế gỗ gụ màu nâu sẫm, những cây cột bài trí thành những khuôn vuông vức, thẳng đứng từ sàn tới cái trần không cao, sắp đặt đều đặn trên một diện tích khá rộng. Hai lối vào thông thoáng, tường vách xây thấp, ngồi trong, tầm nhìn trải khắp hai bên góc phố, hai con đường đẹp vào bậc nhất của Sài Gòn: Đồng Khởi, Lê Thánh Tôn. Đường Đồng Khởi, khi còn mang tên Catinat (sau đổi tên là Tự Do), vào một năm đầu thập niên 1950, Alain Delon từng tham gia chiến trận ở Đông Dương, đi trên con phố này, nhìn quảng cáo phim có Jean Gabin ở rạp chiếu bóng Eden, gần quán La Pagode, đã nói với bạn đồng hành giấc mơ làm diễn viên điện ảnh.

La Pagode những năm 1960-1970 có duyên nợ với giới văn nghệ Sài Gòn, trong khi giới báo chí lúc đó thường ngồi ở quán Givral và giới trẻ ngồi chật hai tầng quán Brodard. Cả ba quán nổi tiếng này ở cùng một phía trên đường Đồng Khởi.

La Pagode chủ nhân người Pháp mà lại nhiều ý vị phương Đông, trừ cái quầy rượu hiển nhiên rất tây, chạy dọc tường vách phía tay trái, nhìn từ lối vào ở đường Tự Do. Các cô chạy bàn, đa số là người Hoa, hiền lành, lặng lẽ. Có một cô chạy bàn trông giống ca sĩ Khánh Ly, để Sỹ Phú, người tình của nhạc phẩm *Cô Láng Giềng*, gặp cô giống Khánh Ly này là song đôi ca *Lời Buồn Thánh*.

Ở bàn khuất sau một cây cột khoảng giữa quán, nếu nhìn thấy khói thuốc lá bay lên, thì đúng đấy là nhà văn, tác giả *Chuyến Tàu Trên Sông Hồng*. Khuôn mặt lặng lờ như phiến gỗ và một thân hình cao nghệu đã ngồi thấp xuống bên ly rượu, trầm tư về một thành phố dĩ vãng. Người ấy, mà nhà văn - nhà thơ linh hồn của nhóm tiên phong văn nghệ hiện đại và thơ tự do, đã viết dòng thơ Tôi có Mai Thảo yêu vơ Hà Nội khi về.

Nhà văn - nhà thơ tiên phong ấy, tác giả *Tôi Không Còn Cô Độc*, mỗi sáng có thể ngồi ở bất cứ chỗ ngồi nào cùng bằng hữu, nhưng khi ngồi một mình, những kẻ giả danh văn nghệ các loại không thể tự tiện kéo ghế ngồi cùng.

Những bàn ghế gỗ gụ màu nâu sẫm, rộng và thấp tất nhiên không thể sắp đặt được nhiều, dù quán rất rộng và dù cũng tạm đủ chỗ ngồi cho những người ưa thích tới quán "vẻ chùa" này. Nhưng dù sao La Pagode cũng cần phát triển theo đà phát triển của "Hòn ngọc Viễn Đông", đáp ứng càng nhiều càng tốt nhu cầu ngồi quán của người Sài Gòn, đặc biệt giới văn nghệ, vốn ưa thích nhâm nhi hương vị đời sống phố thị. Rồi thiết kế của La

Pagode thay đổi, bàn ghế cao gọn, sắp đặt được nhiều gấp ba - bốn lần số bàn ghế kiểu ghế bành trước đó. Không để tường vách xây ở hai lối ra vào nữa, hết thảy được lắp đặt bằng những khuôn cửa kính. Những khuôn cột vuông vức trong quán cũng được lắp kính bốn bề. La Pagode trông lấp lánh, khác hẳn vẻ u trầm trước đó. Ấy tuy nhiên đấy là cái lấp lánh của thứ ánh sáng phản chiếu từ mặt hồ yên tĩnh, từ lớp kính gương lặng lẽ và trong suốt. La Pagode với thiết kế như vậy, vẫn không giống Givral hay Brodard, hay nhiều quán gương kính khác của Sài Gòn. Bởi La Pagode là một khối rộng rinh vuông vức, một thứ chùa hiện đại mà người ta có thể tưởng tượng.

La Pagode là nơi chốn thích hợp để thưởng thức hương vị tách cà phê, men say ly rượu. Cũng có thể uống như cái cớ để ngồi với nhau, để ngó dòng đời trôi chảy phía ngoài cửa kính, cho chúng ta một tâm lý an toàn, ngoài cuộc. Cũng có thể để nghe khúc hát của riêng mình, để mối ưu tư trí thức văn nghệ dấy lên. Chung quanh, hai ngả đường đẹp của Sài Gòn, những khách bộ hành lịch sự, những chiếc xe hơi bóng loáng lướt qua.

Công viên Chi Lăng nằm xéo góc quán La Pagode, một ngày của một năm đầu thập niên 1960, nhà thơ Hoa Kỳ Allen Ginsberg đọc thơ trước đông đảo thanh niên, sinh viên Sài Gòn. Chúng tôi nhìn nhà thơ từ La Pagode, một "ông già" ở tuổi ngoài 30 đầy râu tóc, giơ chân giơ tay diễn tả bài thơ như người lên đồng. Một thi sĩ beatnik, thích hợp với Sài Gòn mà cái đẹp chen với cái xấu, tươm tất lẫn với lôi thôi, một bờ bến còn hoang dại của thềm lục địa văn minh.

Cũng từ lúc La Pagode thiết kế mới này, một loại máy hát tự chọn hiện đại, trong đợt đầu tiên nhập từ nước ngoài vào Sài Gòn, có mặt tại quán. Chúng tôi bỏ vào máy đồng bạc cắc làm jeton, chọn bài hát mình muốn nghe. Từ đó, mỗi khi bài hát *There were the days* lạ lùng vang lên từ chiếc máy hát, chúng tôi biết người bạn thi sĩ của chúng tôi đã vào quán, đang ngồi ở chỗ anh vẫn ngồi. Vào thời gian rạp chiếu bóng Rex chiếu phim *Vĩnh biệt tình em* (tên tiếng

Việt đặt cho phim Doctor Zhivago), ngày nào cũng có ít nhất năm, bảy người khách bỏ vào máy những đồng bạc cắc để nghe *Chanson pour Lara*. Lara, người tình của bác sĩ Zhivago. Có nhiều chuyện đã xảy ra, bao điều đã thay đổi, chuyện của chúng ta là yêu nhau... Lắng nghe thì bài hát sẽ rõ từng lời, nhưng âm thanh ấy không phiền nhiễu cho những câu chuyện muốn nói, nó hòa tan trong cái êm ả lưu cữu của quán "Chùa".

Chàng đạo diễn "hippie" Đặng Trần Thức, nghỉ ở Đà Lạt một thời gian sau khi trình chiếu phim *Hè Muộn*, về Sài Gòn để tìm gặp dịch giả Nguyễn Mai Chi. Chàng đạo diễn muốn bàn việc chuyển thể tác phẩm văn học *Bãi Hoang* (bản dịch La Côte Sauvage của Jean - René Huguenin, đăng trên nguyệt san Văn) sang kịch bản phim, được mách bảo, vào quán La Pagode sẽ gặp. Nguyễn Mai Chi là tên chung tác giả dịch tác phẩm *Bãi Hoang* của hai nhà văn thường xuyên có mặt ở quán "Chùa": Nguyễn Xuân Hoàng và Huỳnh Phan Anh.

Nhà văn - nhà thơ Viên Linh, vừa đẩy cánh cửa lắp kính, vừa nghiêng đôi vai rộng, gầy và thẳng ngang như thước thợ, vào quán. Anh lướt nhìn một vòng quanh quán, À đây rồi!... Tôi có ý này về đoạn kết cái truyện ngắn của cậu..., "người anh thi sĩ" tới thẳng chỗ chúng tôi, Joseph Huỳnh Văn và tôi, đặt xuống mặt bàn cái cặp to đầy bản thảo bài vở của tuần báo *Nghệ Thuật*, một tờ báo văn nghệ uy tín nhất Sài Gòn trong mấy năm của thập niên 1960. Anh mặc nhiên chọn La Pagode là chỗ nối dài công việc ở tòa soạn, để một tay nâng ly bia, một tay quơ trong không gian, nói đoạn kết cái truyện ngắn của cậu phải như thế như thế thì mới ổn. Rồi anh vụt đứng dậy, sang một bàn giáp lối vào ở đường Tự Do: anh vừa nhìn thấy trong khuôn gương ở cây cột, nhạc sĩ Cung Tiến. Ông nhạc sĩ phục sức bảnh bao, khuôn mặt sáng đẹp trí thức, lúc nào cũng giống người khách du lịch quốc tế vừa đặt chân trên vỉa hè Sài Gòn, tạt vào một quán cà phê có tên La Pagode. Chiếc khăn tay chấm nhẹ trên hàng râu mép sau ngụm cà phê sữa nóng. Chúng tôi đọc thấy sau đó, nhạc phẩm của Cung Tiến phổ bài thơ *Lệ Đá Xanh*, in trên tuần báo *Nghệ Thuật*. Tác giả bài thơ ấy, là nhà văn - nhà thơ linh hồn của nhóm tiên phong văn nghệ hiện đại và thơ tự do, may mắn thay những câu thơ âm trắc đồng tình.

Joseph Huỳnh Văn và tôi, không ôm mộng giang hồ như Nguyễn Tuân vang bóng một thời, chúng tôi đích thực là kẻ giang hồ mười năm trên một lộ trình duy nhất: từ nhà tới La Pagode. Để mãi tới bây giờ, đi trên đường Đồng Khởi, vẫn ngỡ mình sắp tạt vào quán "Chùa". La Pagode vẫn nơi đây, đúng nơi đây, góc Đồng Khởi - Lê Thánh Tôn. Nhưng đã không còn là cái quán, mà là văn phòng làm việc của Công ty dịch vụ Lữ hành Saigon-tourist. Vậy mà sao tôi vẫn ngỡ quán "Chùa", vẫn ngỡ "người anh thi sĩ" vừa thấp thoáng ở đó, vai nghiêng lệch góc chiều. *Chuông không tiếng đã bao ngày / Nghe quen em tưởng chiều đầy âm thanh* (thơ Viên Linh).

Hội quán Tam Điểm

• *Nguyễn Đình Đầu*

Ít ai ngờ rằng tòa soạn báo Công An Thành Phố Hồ Chí Minh nằm tại góc đường Nguyễn Du - Huyền Trân Công Chúa từng là trụ sở Hội Tam Điểm - xây dựng theo kiến trúc cổ điển đầu thế kỷ XX.

Hội này có tên tiếng Pháp Franc - Maconnerie và tiếng Anh Free - Masonry (hội Xây dựng Tự do). Đó là những hội kín, lúc đầu chỉ có tính nghề nghiệp, công đoàn sau mang đậm tư tưởng tín ngưỡng. Tới thời trung cổ, hội phát triển mạnh ở nước Anh, rồi truyền sang Pháp[1].

---

[1] *Grand Larousse Encyclopédique - Tập 5 - NXB Larousse - Paris, 1962. Trang 240 - 241.*

Hội tin ở Thiên Chúa là Kiến trúc Sư Cả - người sáng tạo và vẽ ra vũ trụ và muôn loài dưới thế. Motif tạo hình tiêu biểu là compa, êke, búa, đục... tức đồ kiến trúc và xây dựng. Ba cấp bậc hội viên chính là: tập nghề (apprenti), thợ bạn (compagnon) và thầy nghề (maitre). Nghe nói, hội viên khi ký tên thường chấm thêm ba chấm và mặt tiền trụ sở bao giờ cũng có khung hình tam giác. Do đó người Việt Nam gọi là Hội Tam Điểm. Trụ sở hội bài trí uy nghiêm như một thánh đường và mệnh danh là hội quán (loge).

Quân Pháp đánh Sài Gòn năm 1859. Năm 1862, triều đình Huế phải ký nhượng địa cho Pháp ba tỉnh Gia Định, Biên Hòa, Định Tường. Năm 1867, Pháp cưỡng chiếm nốt ba tỉnh Vĩnh Long, An Giang, Hà Tiên. Năm 1868, những hội viên Tam Điểm người Pháp thành lập hội quán Đông phương Thức tỉnh (loge Le Réveil de lOrient) ở Sài Gòn[1]

Họ là những tay thực dân quân nhân và dân sự có lập trường chống Công giáo đối với các giáo sĩ.

---

[1] *Jacques Dalloz, La loge maconnique à Saigon - Bulletin L'Histoire - No 256, Juillet - Aout 2001. Trang 60 - 61.*

Đa số quan lại Pháp ở cấp bậc công sứ, thống sứ hay thống đốc hay toàn quyền thường là hội viên Tam Điểm (toàn quyền Paul Bert công khai theo Tam Điểm). Vô hình trung, cả nhà thờ Đức Bà lẫn hội quán Tam Điểm đều nhìn ra đường Nguyễn Du. Nhưng nhà thờ Đức Bà thì to lớn và luôn mở rộng cửa, còn hội quán Tam Điểm thì hội họp bí mật khép kín. Dư luận chung cho rằng âm mưu thực dân đế quốc, đều xuất phát từ hội quán Tam Điểm mà ra. Tuy nhiên, một số hội viên Tam Điểm cũng là hội viên Hội Nhân Quyền đã từng vận động, phóng thích cụ Phan Chu Trinh khỏi tù chung thân tại Côn Đảo. Hội Tam Điểm biết nhân nhượng khi cần. Có lẽ vì thế, đầu năm 1922, Bác Hồ xin gia nhập hội qua sự giới thiệu của điêu khắc gia Roger Boulanger, với phiếu lý lịch: "Nguyễn Ái Quấc sinh ngày 15-2-1895 (An Nam), tô chỉnh nhiếp ảnh, họa sĩ".

Từ năm 1925, hội bắt đầu thâu nhận hội viên bản xứ tại Việt Nam[1]

---

[1] *Jacques Dalloz, sđd, trang 60 : "Sa fiche note: Nguyen Ai Quac, né le 15-2-1895 (Annam), retoucheur photographe, dessinateur".*

Khởi đầu thế chiến thứ II (1939 - 1945), Đức xâm chiếm Pháp, Thống chế Pétain lên cầm quyền. Các hội kín như Tam Điểm hay có tính cách quốc tế như Cộng sản, đều bị cấm cách. Hội quán Đông Phương Thức Tỉnh ở Sài Gòn bị đóng cửa. Hội sở Tam Điểm ở đường Nguyễn Du được sử dụng cho công ích khác và nay là tòa soạn báo Công An TP.HCM.

Khi thành phố chỉnh trang vườn Tao Đàn, tòa soạn báo Công An sẽ di dời đi nơi khác. Tuy nhiên, cần giữ lại và trùng tu Hội sở Tam Điểm như di tích lịch sử - văn hóa độc đáo của thành phố.

Không gian tiệm nước

• *Trần Tiến Dũng*

Cậu tôi, dân ruộng miệt Gò Công, đến Sài Gòn từ hướng Nam, khi đi qua xóm Bình Đặng, cầu Nhị Thiên Đường chợ Xóm Củi... Sài Gòn thay đổi đến mức làm cậu tôi ngơ ngác. Hôm sau, không kịp chờ đèn đường tắt, cậu tôi bộ dạng hối hả: "Dậy mày, đi tiệm nước làm một ly xây chừng, ăn xíu mại với cậu". Tôi càu nhàu: "Làm gì còn tiệm nước hả cậu". "Bộ dẹp hết trơn thiệt hả mậy!". "Ai biết đâu hà, nếu còn phải sáu giờ mới mở cửa cậu ơi". "Thằng xạo! Tao không tin Sài Gòn dạo này ngủ trưa dữ dzậy". Nếu bạn là người Sài Gòn hoặc đã từng sống qua chốn này, bạn sẽ hiểu vì sao việc thức khuya dậy sớm của thị dân nơi đây có một phần quá khứ can hệ tới cái tiệm nước.

TIỆM NƯỚC
LÂM HUÊ VIÊN
83
NGUYỄN THI P.13-Q.5
ĐT: 8537945
園華林
第五郡第十三坊
阮施街八十三號

Trong những sớm mai, trời nổi gió hay thấm đẫm hơi sương, thỉnh thoảng cha tôi dắt tôi ra tiệm nước. Lần nào cũng vậy, tôi thường dụi mắt liên tục để xua cơn ngái ngủ và để thu hết vào đôi mắt thơ ngây cái ánh sáng đèn mờ hơi nước sôi, những nhộn cảnh sinh động của cái tiệm nước ở những con đường thường là trước chợ, bến xe, bệnh viện... Tôi say sưa lắng nghe tiếng dao thớt, giọng xí xô xí xào tiếng Tiều, tiếng Quảng của các chú phổ-ki. Tôi không hiểu vì sao những cụ ông cụ bà người Minh Hương luôn ngồi quay mặt ra đường với cái nhìn xa vắng; vì sao những người dân có mức sống khác nhau nhưng thường có cùng vẻ mặt lo âu trước một ngày mới. Nhưng tất cả họ đều có chung phong cách hồn nhiên khi bưng cái đĩa nhỏ và húp ngon lành những giọt café nóng hổi, cái cách uống café trong đĩa trước sau tôi chỉ thấy có trong tiệm nước. Tôi không biết nguyên cớ mà cũng không cần biết làm gì. Tôi chỉ muốn lưu giữ hình ảnh dòng café ngút khói, rất hào sảng, từ cái ấm sành chảy ra tràn miệng những cái cốc tuôn xuống đĩa lênh láng như lòng thật thà không cần kìm giữ.

Theo một phần nghĩa cơ bản của nó, thuật ngữ "văn hóa" là sự cải thiện hay hoàn thiện bản chất, bản chất những sinh hoạt cộng đồng để tạo ra diện mạo văn hóa của một thời. Đối với một đô thị lớn như Sài Gòn, trong thời bình, việc đi ngủ và thức giấc là hoàn toàn tùy thuộc vào nền nếp của cá nhân, gia đình. Chính vì thế Sài Gòn luôn có những góc không ngủ. Thật ra đại bộ phận thị dân thường có nhịp thời gian bắt đầu một ngày mới vào khoảng từ bốn giờ đến bảy giờ sáng. Ông Năm Tàu, hành nghề cố vấn về Sài Gòn - Chợ Lớn cho các ông chủ người Đài Loan đang làm ăn ở Việt Nam, luôn miệng than thở: "Ngộ hết thì giờ! Ngộ sống như Tây, tự pha café, thứ café bột chua lè, vừa uống vừa tranh thủ coi tivi, đọc báo. Ngộ thèm ra tiệm nước ngồi bàn chuyện thời sự muốn chết!". Chị hai Lài bán trái cây ở Chợ Lớn nói: "Tôi dọn hàng trễ hơn trước, tám giờ người ta bưng đồ ăn sáng tới sạp. Có ngon lành gì đâu, tôi ưng ngồi tiệm nước ngắm cảnh rồng bay ngựa chạy, ngồi nghe tin giá cả, bạn hàng, nhưng thiếu ngủ quá!". Thầy Phát, dạy trung học phổ thông cười nheo mắt: "Tôi họ Lưu, gốc Tiều, họ nhà tôi sống ở Sài Gòn mới đời thứ ba, vậy mà mấy năm nay quên mất hương vị của bánh tiêu, xíu mại... quên luôn cả cái thói quen nhìn ngắm tranh xưa, chữ thánh treo trong các tiệm nước".

Dân Sài Gòn lúc này, ngày ngày, họ hòa nhịp đời sống với bài thể dục, đi bộ hoặc tới những điểm tập dưỡng sinh, sau đó là vệ sinh cá nhân, làm một số việc nhà, ăn sáng... đi làm. Với họ, khoảng thời gian từ lúc thức giấc đến lúc đi làm càng ngày càng ngắn lại, dù rằng họ đã sống mỗi lúc một nhanh hơn và hệ quả tất nhiên là cái khoảng không gian ban mai bình yên thư thái, trong những cái tiệm nước rất đặc trưng mà đất-nước-gió-lửa xứ này ban tặng cho họ coi như đã mất. Thôi thì việc mất đi một diện mạo văn hóa cũng là lẽ thường, một diện mạo khác sẽ lấp đầy để tạo nên một bản sắc văn hóa mới phù hợp với nhịp đi lên của một đô thị lớn. Nhưng trong ý thức đi tìm một diện mạo mới để so sánh, để nhấn mạnh sự cần thiết của việc xây dựng không gian văn hóa tinh thần của cộng đồng; tôi thật chưa tìm thấy những "tiệm nước mới", những không gian sinh hoạt văn hóa đặc trưng mà đáng lý cần phải có trong khoảng thời gian khởi động đầu mỗi ngày của đời sống người Sài Gòn - Chợ Lớn. Lúc này, tìm đâu! Những nét văn hóa đa dạng của những cộng đồng lưu dân từng có thời đã hòa quyện với tánh cao thượng của cư dân xứ này, những buổi bình minh Sài Gòn khoáng đạt bắt đầu từ không gian tiệm nước!

Vụ bùng nổ kinh tế bắt nguồn từ quá khứ: Những hồi ức của cư dân đường Phạm Ngũ Lão

• *Sue Hajdu*

"Vậy nó thế nào?"

"Thì cũng giống như những khu vực khác của Sài Gòn, cực kỳ yên tĩnh, chỉ có xe đạp chạy ngoài đường thôi, thật đấy. Không có cuộc sống về đêm. Hồi đó mọi quán xá đều đóng cửa rất sớm".

Ngày nay không một ai có thể tin rằng Kim, chủ quán cà phê Kim, đang miêu tả con đường Phạm Ngũ Lão. Nhưng đó chính là những hồi ức họ còn giữ được về con đường nơi họ đã lớn lên vào những thập niên 70 và 80. Về mặt lịch sử, những hồi ức của họ về những năm ấy không có gì đáng ngạc nhiên, tuy nhiên, còn một câu hỏi vẫn chưa có lời giải đáp: nếu vậy tại sao đường Phạm Ngũ Lão và những con đường lân cận chứ không phải bất kỳ khu vực tĩnh mịch nào khác của thành phố lại phát triển thành trung tâm du lịch của Sài Gòn? Với câu hỏi này trong đầu, tôi đi tìm lời giải đáp từ những cư dân của đường Phạm Ngũ Lão, người Việt cũng như người nước ngoài, những người đã sinh sống, làm việc và vui chơi tại con đường Phạm Ngũ Lão trong suốt những năm tháng ấy.

⌘

Đường Phạm Ngũ Lão có một lịch sử ít ai biết đến - đó là nơi nhà ga xe lửa trước kia tọa lạc với mặt tiền hướng về phía bùng binh chợ Bến Thành. Sau khi chiến tranh kết thúc, ga xe lửa chuyển về quận 3 và do đó không còn xuất hiện trên bản đồ nữa. Thậm chí những cư dân cao tuổi của khu vực này cũng ít người còn nhớ nhà ga cũ đã từng tọa lạc tại đây. Sân ga trước kia trải dài suốt khu vực giữa đường Lê Lai và Phạm Ngũ Lão, do đó, để di chuyển từ con đường này đến con đường kia, người dân phải đi một đoạn đường vòng xa hơn ngày nay rất nhiều.

Những khu vực quanh nhà ga không bao giờ là nơi sinh sống lý tưởng và Sài Gòn cũng không phải là ngoại lệ. Những cư dân lâu đời trên con đường Lê Lai vẫn còn kể với giọng than phiền về tình trạng ô nhiễm không khí đến nghẹt thở và tệ nạn trộm cắp, cướp bóc từng hoành hành ở khu vực này. "Quanh khu vực nhà ga luôn có rất nhiều người tụ tập và họ là những mục tiêu ngon lành cho bọn trộm cắp. Sau khi thó được cái gì của người ta, bọn này luôn nhanh chóng trèo qua tường và biến mất giữa các toa xe lửa. Chúng luôn biết rõ mọi ngóc ngách tẩu thoát trong khu vực. Báo chí luôn cảnh báo người dân không nên đi lại dọc con đường này, ban ngày cũng như ban đêm".

Lại có những người, như bà Kim, có những hồi ức khác về con đường. Trong những năm 80, khi còn là một đứa trẻ, bà thường lẻn vào sân ga qua lối vào trên đường Phạm Ngũ Lão, đối diện với quán bar Sahara ngày nay. Bọn trẻ thường tụ tập ở đó để chơi đùa giữa những gốc cây ăn quả hoặc những bụi tre, xúc nòng nọc để làm thí nghiệm trong lớp sinh học, hoặc vồ bắt dế chọi. "Thậm chí bên trong sân ga còn có hai con trâu. Khu vực ấy còn rất hoang dã, như một đồng quê thu nhỏ giữa lòng Sài Gòn. Hồi đó, quanh khu vực nhà ga, mặt đường Phạm Ngũ Lão an ninh hơn mặt đường Lê Lai rất nhiều, vì trước kia phòng đăng ký xe gắn máy đặt trụ sở tại đây và đó cũng như sự hiện diện của một văn phòng nhà nước".

Các đặc điểm của khu vực Phạm Ngũ Lão chịu ảnh hưởng khá nhiều bởi sự hiện diện của nhà ga xe lửa tại đây, nhưng đồng thời cũng bởi con đường lớn ở phía bên kia - đường Trần Hưng Đạo - và đặc biệt là bởi những hoạt động kinh doanh của nhà tài phiệt Nguyễn Văn Hảo. Vào thời hoàng kim của ông, ông từng làm chủ rạp hát Nguyễn Văn Hảo (ngày nay là rạp Công Nhân) và tòa nhà Tháp Ngà (tòa nhà TCL) và thực ra là tất cả các bất động sản nằm giữa hai tòa nhà này.

Một người họ hàng của ông kể lại:

"Tôi không còn nhớ rạp hát được xây năm nào, nhưng vào đầu thập niêm 1940, rạp hát Nguyễn Văn Hảo đã được đưa vào hoạt động. Hồi đó, rạp hát này là một rạp hát cải lương, nhưng sau này, đến những năm 50 thì rạp hát chuyển thành một rạp chiếu phim hạng ba chuyên chiếu phim Ấn Độ rẻ tiền. Sau đó nó lại được nâng cấp vào khoảng những năm 70 và trình chiếu các bộ phim phương Tây hạng nhất"

Tháp Ngà, nhà hàng và quán rượu kiểu Pháp, cũng góp phần làm khu vực thêm đông đúc, nhộn nhịp. Dưới thời Ngô Đình Diệm, do khiêu vũ bị cấm nên các hoạt động văn nghệ ở đây có nhiều hình thức đa dạng khác. Sau này, quán rượu lại trở thành sàn nhảy như trước và trở nên nổi tiếng với các cô gái nhảy quyến rũ.

Những điểm vui chơi này, cùng với các rạp chiếu phim khác quanh đó, khiến khu vực này trở nên nhộn nhịp, với tâm điểm là ngã tư Đề Thám - Bùi Viện, thời bấy giờ có tên là "Ngã Tư Quốc Tế". Người dân ai cũng thích đổ về đây để ăn đêm. Một số khách hàng nam giới cũng thích đi tìm những thú giải trí khác trong những ngõ hẻm trên đường Bùi Viện. Khu vực ngã tư này nổi tiếng vì nạn trộm cắp, băng đảng và ma túy. Dao rựa không phải là thứ ít thấy ở khu vực này. Nói chung là đời sống ở đây khá thấp.

Cùng với cuộc xung đột Đông Dương lần thứ hai là sự xuất hiện của người Mỹ và các điểm đóng quân của lính Mỹ. Một số tòa nhà lớn hiện nay vẫn còn tồn tại trên đường Trần Hưng Đạo đã từng được dùng cho mục đích này, cũng như các khu chung cư quanh đường Bùi Viện với mặt tiền chạm nổi theo lối kiến trúc cổ điển của thập niên 60. Một người đạp xích lô trước kia từng làm người gác cửa cho một quán bar trên đường Trần Hưng Đạo đãi tôi một cuốc xe vòng quanh khu vực cùng với những câu chuyện hoài cổ của ông. "Trước kia có rất nhiều quán bar dọc theo đường Trần Hưng Đạo, đường Nguyễn Cư Trinh và đường Bùi Viện. Ở bên kia đường ray cũng vậy, suốt cho tới bùng binh Nguyễn Trãi. Chỗ tôi làm việc lúc trước có tên là Quốc Hương. Trong quán có một hộp nhạc kiểu Mỹ và họ chơi bản *Dont Let Me Down* suốt ngày đêm. Tôi còn nhớ quanh đó cũng có một số sàn nhảy và phòng trà nữa".

Sau năm 1975, dĩ nhiên khu vực này trở nên lặng lẽ hơn rất nhiều. Theo trí nhớ của những người dân sống quanh vùng, vào những năm 1980, khu vực này cũng yên ắng như tất cả những khu vực khác trong thành phố. Tuy nhiên, khu vực này vẫn thu hút khá nhiều khách du lịch. Các tài xế xe ôm cho biết họ vẫn có khách thường xuyên. Có rất nhiều khách đến từ Liên Xô cũ và khách buôn đá quý từ Campuchia. Sau đó, vào khoảng năm 1990, số khách người Pháp đến đây tăng đáng kể và dần dần số khách du lịch đến từ các nước Tây Âu khác cũng tăng lên không kém.

Khách sạn Prince nằm ở góc đường Phạm Ngũ Lão và Đề Thám đóng vai trò khá quan trọng góp phần biến đổi hai con đường này thành lãnh địa cho khách du lịch ba lô. Khách sạn này mở đường cho các hình thức kinh doanh du lịch phát triển trong khu vực, nhưng nó không phải là nguyên nhân duy nhất của quá trình phát triển ấy. Một cư dân mới của khu phố giải thích:

"Nếu anh cũng đến Sài Gòn vào năm 1991 như tôi và bảo ông lái xe ôm đưa anh tới một nơi gần trung tâm thành phố, gần các điểm nút giao thông công cộng và tiền trọ hợp lý, chắc chắn ông ta sẽ đưa anh đến Phạm Ngũ Lão. Lúc đó các khách sạn mini hoặc nhà trọ còn chưa xuất hiện, nhưng có ba khách sạn mà người dân Việt Nam với mức thu nhập trung bình hay chọn làm nơi tá túc - khách sạn Prince, khách sạn Hoàn Vũ (bây giờ là khách sạn Tự Do III) và khách sạn Viễn Đông. Cả ba khách sạn này đều nằm trên đường Phạm Ngũ Lão. Các khách sạn này có giá sáu đến tám đô la một đêm, trong khi ở khu trung tâm thành phố, trong khách sạn Bông Sen hoặc khách sạn Đồng Khởi (bây giờ là khách sạn Grand), anh sẽ phải trả 12 đến 18 đô la cho một đêm mà phòng ốc cũng không khá hơn chút nào. Giá phòng ở khách sạn Continental còn cao hơn gấp nhiều lần, hơn 100 đô la một đêm. Nếu anh muốn, anh cũng có thể trọ ở khu ngoại ô, giá phòng cũng rất rẻ, nhưng không có ông lái xe ôm nào nhận ra tên đường nơi anh ở. Không có cách nào chỉ đường cho họ cả".

Tuy nhiên, ở khách sạn Prince thì tiền nào của nấy. Một căn nhà dơ dáy, chuột rúc rích chạy quanh tiền sảnh và đêm nào bạn cũng được thưởng thức "ánh nến lãng mạn" thay cho đèn điện. Sau mười giờ ba mươi, khách phải đánh sập cửa trước mới được vào nhà. Một người bạn gái cũ kể lại: "Tôi trọ ở khách sạn Prince suốt ba tháng trong năm 1993. Tôi ghét nhất là phải đánh thức một đám thanh niên ngủ trên những cái võng mắc la liệt trong tiền sảnh. Ôi, còn nhà vệ sinh thì... mỗi lần xả bồn cầu, nước từ bồn chứa bắn tung tóe khắp trên tường. Tôi nhớ rõ nhất là chi tiết đó. Cũng còn may là bồn cầu vẫn xả được. Đồ ăn trong quán cà phê dưới nhà thì phát gớm, nhưng không còn chỗ nào khác có món ăn Tây".

Tất cả đều nhanh chóng thay đổi. Hai dịch vụ kinh doanh đặc thù của Phạm Ngũ Lão đều ra đời từ quán cà phê khách sạn Prince và mãi mãi thay đổi phong cách của cả con phố. Đó là Kim và Sinh café.

Năm 1991, Kim đang làm việc tại quán cà phê do một cặp vợ chồng quản lý. Tất cả nhân viên đều làm bồi bàn, phiên dịch đôi chút và môi giới lặt vặt cho khách du lịch nước ngoài. Do sự hối thúc của một vài giáo viên tiếng Anh tình nguyện, Kim quyết định bỏ việc ở quán ăn và đứng ra kinh doanh riêng. Bà mở quán Kim café trên đường Phạm Ngũ Lão, cách quán Saigon café hiện nay vài căn. Vài người bạn nước ngoài đóng góp tiền thuê nhà tháng đầu tiên và vài công thức nấu ăn.

Không có kinh nghiệm hay kỹ năng tổ chức, công cuộc kinh doanh khá lộn xộn, nhưng thú vị. Kim còn nhớ rõ những kỷ niệm như mùa mưa không đủ dù che cho khách, hay những "đêm trắng cùng nước giải khát quán Kim". Trong những tấm hình thời kỳ này, trông cô rất trẻ và không có vẻ "nhà nữ kinh doanh" mấy. Nhưng ngược lại cô rất năng động.

"Hồi trước năm 1990 chưa ai biết kiếm tiền. Sau khi mở quán, tôi cố thuyết phục mấy nhà láng giếng cho thuê xe đạp tại quán của tôi để kiếm thêm tiền. Khó khăn lắm họ mới đồng ý, vì lúc đó xe đạp rất có giá trị". Kim còn tổ chức dịch vụ giặt ủi tại nhà hàng xóm và bắt đầu cho thuê chiếc xe Honda Chaly duy nhất của mình.

Với Prince và Kim café ra đời, trong vòng sáu tháng góc phố này bùng lên thành một trung tâm nhỏ. Một quán cà phê nữa "No Star Where" (chơi chữ từ tiếng Việt "không sao đâu") mở cách quán Kim hai căn, nhưng nó không tồn tại được lâu và ông chủ quán nhanh chóng bỏ về Nha Trang, than phiền là Sài Gòn có quá nhiều khách du lịch! Saigon Café mở đối diện khách sạn Prince và vẫn do ông chủ đầu tiên quản lý. Sinh Café mở trên đường Phạm Ngũ Lão, đối diện hẻm Margherita (Chùa An Lạc). Năm 1992 Kim chuyển sang địa điểm hiện nay tại đường Đề Thám, giành chỗ trước cuộc di cư của Phạm Ngũ Lão năm 1996-1997. Cả khu vực bắt đầu rộ lên ồn ào với những quán như Long Phi, Jackies Bar và Easy Rider. Một vài khách còn nhớ Mr. Coneheads, quán kem nhập ngọai và quán sách cũ đầu tiên. Ngay cả những hẻm hóc cũng có phần trong cuộc kinh doanh balô, như vài quán bar gần chợ Thái Bình và Lucky Café mở năm 1994.

Khi tôi đến tham quan năm 1993, Sinh Café đã trở thành địa điểm nổi bật của du khách Lonely Planet. Với kinh nghiệm trong ngành khách sạn và du lịch, Sinh vào làm tại quán cà phê Prince sau khi Kim bỏ làm. Anh cũng trẻ, nhiệt tình và đầy sáng kiến. Du lịch là đam mê và Sinh Café là sản phẩm của chất xám. Anh lăn lộn trên những tuyến xe đò địa phương, với sổ tay lăm lăm và thiết kế tour qua từng thành phố, từng thị trấn, để sau đó danh mục tour du lịch Việt Nam cơ bản ra đời. Tên và logo của Sinh Café trở thành biểu tượng của du lịch bình dân ở Việt nam. "Khi tôi mở *Open Tour* năm 1994, tôi đã có cảm giác là khu vực Phạm Ngũ Lão, Đề Thám, Bùi Viện sẽ phát triển mãi thành một Khao San Road (Thái Lan) thứ hai. Và tôi đã tính không sai".

Vào giữa thập niên 90, khu vực này đã bắt đầu hình thành những đặc trưng của nó ngày nay, mặc dù trên nhiều phương diện, nó còn trong tình trạng sơ khai. Chỉ đi bộ một quãng ngắn về phía cuối đường Bùi Viện, du khách đã lạc vào hố tối tăm nhất của Sài Gòn. Lúc đó ở đây không có cửa hàng băng đĩa nào. Phía cuối đường Đề Thám, san sát nhau là các quán cà phê cho những kẻ nhàn rỗi với các bản nhạc nỉ non ướt át. Một vài quán cà phê dạng này vẫn còn tồn tại cho đến ngày nay. Phạm Ngũ Lão cũng có khá nhiều quán cà phê và nhà hàng hải sản dành riêng cho người bản địa và trong số các ngôi nhà ở đây, vẫn còn rất nhiều căn là nhà ở chứ không phải hàng quán. Một cậu bé trước kia là trẻ bụi đời chỉ cho tôi nơi cậu vẫn ngủ đêm trong những ngõ ngách của đường Phạm Ngũ Lão và nói: "Chỗ này trước kia toàn là nhà dân nên rất yên tĩnh."

Trong khi đó, với sức cám dỗ của đồng đô la ngành du lịch "bụi" đem lại, các tài xế xích lô và xe ôm đủ hạng cũng kéo về đây rất đông, cùng với các dịch vụ cho thuê xe hơi cũ từ thời Pháp thuộc hoặc thời Mỹ đóng chiếm, chưa kể đội quân bán hộp quẹt dạo, đội quân ăn xin và trẻ em đường phố. Cụm từ "khách du lịch người nước ngoài" được rút ngắn thành "Tây ba lô" như một cụm từ thông dụng để chỉ du khách du lịch nước ngoài thuộc độ tuổi thanh niên.

Nguồn lực thay đổi kế tiếp tác động đáng kể đến tốc độ phát triển của khu vực bắt nguồn từ nhà ga xe lửa, hay từ những tàn tích còn lại của nhà ga này. Một hiệp hội châu Á, với hoài bão xây dựng một trung tâm thương mại và văn hóa tầm cỡ, đã xóa sạch các căn nhà vừa xuất hiện trên nền nhà ga cũ trên đường Phạm Ngũ Lão. Những quán cà phê như quán Margarita phải chuyển vào trong ngõ hẻm (cùng với Gốc Bồ Đề của Nguyễn Đình Chiểu) và quán Sinh phải chuyển về đường Đề Thám và từ đó trở thành mạch đập của khu vực. Sau đó, trong khi nhà ga cũ bị bỏ hoang chờ ngày khởi công xây dựng, cuộc Khủng Hoảng Kinh Tế bùng ra ở châu Á. Ngày khởi công bị dời lại, dời lại... suốt nhiều năm liền và hàng rào tạm màu xanh quây quanh khu vực này dần dần trở thành nhà vệ sinh công cộng nồng nặc mùi xú uế. Cuối cùng, chính phủ biến khu vực này thành một công viên công cộng với một rạp xiếc, các buổi trình diễn ca nhạc và chợ hoa ngày Tết. Phần lớn người dân trong khu vực thở phào nhẹ nhõm trước sự thay đổi tích cực này.

Vào những năm cuối thập niên 1990, càng ngày càng có nhiều du khách người Nhật đến Sài Gòn, đặc biệt là dạng du khách Bob Marley. Sau đó là những đợt sóng người Việt kiều chọn ở khách sạn để tránh các họ hàng xa gần làm phiền. Một số người nói rằng đây là thời kỳ thú vị nhất tại Phạm Ngũ Lão; khách thập phương đến ở trong khu phố rất đông, nhưng mỗi người đến Việt Nam với một mục đích riêng. Các khẩu hiệu in trên áo phông như "Xin chào Việt Nam" và "Allez Boo" xuất hiện tràn ngập vào năm 1998. Quán bar trong khách sạn Prince tân trang lại toàn diện cho mặt tiền khách sạn, nay được đổi tên thành Liberty IV.

Vậy người dân địa phương nghĩ gì về tất cả những sự thay đổi này? Bà Kim cho biết, "Người dân hiểu rõ những lợi thế ngành du lịch đem lại cho khu vực. Càng có nhiều công ăn việc làm, họ càng vui sướng hơn". Tình hình kinh doanh trong khu vực ngày càng phát triển, người dân Việt Nam bắt đầu thử nấu các món ăn nước ngoài. Chủ của tất cả các cửa tiệm, khách sạn, nhà hàng tôi phỏng vấn đều tỏ ra lạc quan và nói rằng khu vực này đã trở nên sạch đẹp và an toàn hơn trước kia rất nhiều. Tuy nhiên, điều này không có nghĩa là không có những chuyện đau lòng xảy ra trong khu phố - những hành động không mấy đẹp như: nhái lại thực đơn của nhà hàng khác, họ hàng hoặc bạn hùn vốn hớt tay trên doanh nghiệp gốc, ăn cắp bản quyền tên và logo của các doanh nghiệp khác, hoặc nhái theo logo của Lonely Planet để ăn ké tiếng tăm của nhãn hiệu này. Dù sao đi chăng nữa, tình hình kinh tế thịnh vượng trong khu phố Tây ba lô Phạm Ngũ Lão vẫn làm cho tinh thần mọi người phấn chấn trước viễn cảnh tương lai tươi sáng.

Con đường Phạm Ngũ Lão đã chứng kiến một sự phát triển kinh tế đáng kể trong những năm vừa qua, cả ba khách sạn cũ trong khu vực đều được tân trang, nâng cấp với mức giá cao hơn trước.

"Nhưng chúng tôi không cho là những nét đặc thù của khu vực sẽ bị mất đi hoàn toàn".

"Hy vọng là không. Khu phố này rất đặc biệt, với những nét riêng của nó".

"Đúng vậy. Khu phố này có sức cuốn hút mãnh liệt có một không hai".

Hè phố ấy

• *Quốc Bảo*

Một SMS bất ngờ cho tôi vào buổi sáng nọ, "Anh đang Bố Già phải không?" Tin nhắn từ V., nàng có thời cũng hay ngồi cà phê lề đường, trên cùng hè phố Hồ Huấn Nghiệp ấy, nhưng cách Bố Già vài căn nhà. Còn tôi cứ quen chân đến Bố Già. "Quen chân" đến độ bạn tôi đồng nhất "cà phê" với "Bố Già"!

Hè phố nhỏ hẹp mở ra từ những ngôi nhà cũ, con hẻm xộc xệch nhiều phòng cho thuê thông ra phía Đồng Khởi cũng cũ, chật. Hồ Huấn Nghiệp có vẻ là một con phố thích hợp cho những kẻ thư nhàn tản bộ mỗi chiều, khi gió sông lồng lộng hắt về xua nắng quái. Chẳng biết nó biến thành con phố "sành điệu" từ khi nào, chắc là lúc có vũ trường Mưa Rừng. Hay là lúc có Bố Già?

Tôi cứ hay liên tưởng Bố Già với café Tùng ở Đà Lạt. Chúng có gì giống nhau đâu nhỉ? Tùng yên ắng, thâm trầm, ghế sofa úa màu, nhạc Lê Uyên Phương. Còn Bố Già bàn ghế cọc cạch - bàn gỗ tạp sơn xanh đỏ, ghế nhựa tái sinh vênh váo, không nhạc và lúc nào cũng đầy tiếng người. Hai quán giống nhau ở chỗ nào? Ở con phố nhỏ, ở nội thất ốp gỗ nâu *à la mode* thị dân thuở trước, hay ở hơi ấm toát ra từ những gương mặt quen?

Tùng, cà phê rất ngon. Bố Già lúc xưa cũng có cà phê ngon, nay nhạt dần, "bạc màu" dần. Thấm thoát tôi đã ngồi Bố Già hơn chục năm, uống cả nghìn tách cà phê đen không đường mà quán dọn ra cùng một phích nước bé xíu để khách châm thêm; bạn không thể tránh làm giây nước ra đầy bàn với loại phích rẻ tiền này.

Thấm thoát tôi đã nghe được cả nghìn câu chuyện gẫu không đầu không đuôi của khách, ai cũng tự cho Bố Già là nhà mình. Tôi đã lôi hầu hết những quyển sách sờn bìa và đầy mối từ kệ sách ốp tường Bố Già, lướt qua những hàng chữ Pháp với văn phong cổ và đề tài cũng cổ nốt. Thấm thoát tôi đã có cả trăm lượt bạn bè trở thành khách quen của quán, có người chẳng hề biết tên...

Tôi yêu Bố Già ở điểm gì? Như tôi đã nói, đấy là nơi không hề có cà phê ngon. Cà phê ngon nhất Sài Gòn, phải là Illy hoặc Fanny. Vì chỗ ngồi dễ chịu? Hoàn toàn không. Ghế ọp ẹp chật chội, không có cả chỗ để túi xách. Vì bè bạn? Tôi không có bạn thân ở đó.

Có lẽ, tôi thích đến Bố Già để tìm kiếm sự huyên náo. Bao giờ từ một thành phố vắng trở về, tôi cũng ghé Bố Già trước nhất. Ở đó có đủ loại khách. Buổi sáng sớm, một lượt khách dân làm vận tải biển, làm công ty quảng cáo (đoán ra qua câu chuyện của họ!). Xế trưa, nhiều người ***gay*** tụ tập. Chiều muộn, khách uống chờ sang nhảy ở Mưa Rừng. Mỗi hạng khách có một vẻ huyên náo riêng và Bố Già lạ thế: chuyện của ai cũng thành chuyện

chung, như một bản hợp tấu ngẫu nhiên của những số phận. Lúc bận rộn không ghé, tôi nhớ đến nôn nao những lần phụ quán bê bàn ghế ném vào nhà sau tiếng báo động "Xe cây!", tức nhân viên quản lý trật tự đô thị phạt chiếm lòng lề đường. "Xe cây", ôi cái từ tưởng chừng đã mai một, nay lại được nghe ở Bố Già.

Tôi đặc biệt thích ngồi ở Bố Già một mình, xem lướt qua những tờ nhật báo mà đội báo dạo gốc Quảng chào mời tận tay. Rồi thong thả ngắm từng gương mặt người, dõi theo từng câu chuyện miên man của từng nhóm khách, thỉnh thoảng đùa vài câu với anh chạy bàn năng nổ có tật nhẹ ở phát âm, thỉnh thoảng xin một ly trà loãng. Tận hưởng cái nhịp điệu huyên náo đặc trưng của phố Sài Gòn, của bản hợp tấu ngẫu nhiên kia.

Trong bầu không khí hỗn độn mà có lần tôi nói với nhà thơ F. rằng tôi muốn đặt lại tên quán là *Chaos Café*, tôi đã viết nhiều bài hát. Chúng không huyên náo và hỗn độn như môi trường sinh ra chúng. Ngược lại, chúng lặng. Lặng đến mức nghe lại, bao giờ tôi cũng rùng mình. Một trong những bài hát ấy là "Tình ơi":

Và em sẽ về cho ngỡ ngàng rồi đi
Mùa theo gót ấy,
Mùa ơi...

Tháng hai 2006

Sài Gòn qua cửa kính xe bus

• Văn Lang

Ngay trung tâm Sài Gòn, đối diện chợ Bến Thành và công viên Quách Thị Trang, nơi đặt một tượng nhỏ bán thân của người nữ sinh Sài Gòn đã ngã xuống cho tự do - dân chủ của người Việt, bên trên là tượng của tướng quân Trần Nguyên Hãn với cánh bồ câu trên tay. Bên kia là trung tâm xe bus Sài Gòn, nơi những chuyến xe khởi hành tới mọi nơi trong thành phố.

Từ trạm xe trung tâm này bạn có thể lên tuyến xe bus Sài Gòn - Củ Chi (mọi tuyến xe ở đây đều đồng giá 2.000VND, chưa tới một cent rưỡi USD), xe có máy lạnh sẽ đưa bạn xuôi theo con đường dài nhất Sài Gòn. Xuôi theo con đường Cách Mạng Tháng Tám (trước có tên là đường Lê Văn Duyệt) ra vùng ven. Cuối con đường này là ngôi

chợ xưa kia gọi là chợ Bà Quẹo, vào thế kỷ trước, người ta còn thấy những chiếc xe thổ mộ (xe một ngựa kéo) chở những gánh hàng hoa và rau quả từ vùng phụ cận - Hốc Môn Bà Điểm tới (dấu tích xưa thì như vẫn còn đây trên những gánh hàng hoa bán ở đầu chợ). Qua khỏi Bà Quẹo xe ra tới cầu vượt An Sương rồi "nhập" vào tuyến đường cao tốc xuyên Á. Xe hơi có thể chạy tới Phnom Penh, thủ đô của Campuchia hoặc qua tới Bangkok của Thái Lan, nhưng tuyến xe bus Sài Gòn - Củ Chi chỉ đi tới chợ Củ Chi thì dừng lại. Tại đây còn cách địa đạo Củ Chi chừng hơn hai chục cây số nữa. Nếu bạn muốn thăm lại chiến trường xưa (nơi quân du kích Củ Chi đã đánh nhau ác liệt với sư đoàn lừng danh của quân đội Mỹ mang tên "Tia chớp nhiệt đới" nhiều năm ròng dựa vào hầm hố địa đạo), bạn có thể đi xe khách hoặc thuê xe Honda ôm.

Tại khu đình bến Dược, nơi tưởng niệm các du kích Củ Chi đã hy sinh trong chiến tranh, bạn sẽ được mời ăn khoai mì, một loại củ đặc sản của địa phương. Tỷ phú người Mỹ Rockffeller đã từng đến thăm khu địa đạo ở đây, ông đã ăn khoai mì và khen: "Ngon!".

Tuyến xe bus Sài Gòn - Củ Chi dài gần 38km, xe chạy hết một giờ hai mươi phút.

Từ trạm xe bus trung tâm Sài Gòn bạn cũng có thể lên xe tuyến Sài Gòn - Nhà Bè (nên chọn loại xe 50 chỗ ngồi, vì chỉ có xe lớn mới có máy lạnh, xe nhỏ rất nóng - trừ khi du khách có ý định "thưởng thức" cái nóng miền nhiệt đới). Xe sẽ băng ngang quận 4 - vùng đất một thời là nơi "hùng cứ" của các băng đảng, xe qua cầu Tân Thuận hướng về quận 7, đi ngang qua khu Bắc Nhà Bè - Nam Bình Chánh, gần trạm cuối có khu miếu Bà, vào hai ngày rằm và mùng một có rất nhiều người Sài Gòn đổ về đây đi lễ. Tuy ngôi miếu còn đơn sơ và chưa thật đẹp, nhưng bạn sẽ có dịp chứng kiến một tín ngưỡng và lễ hội của đám đông. Tại đây bạn sẽ được thưởng thức món dừa nước rất lạ, loại cây chỉ có ở vùng nước ngập mặn.

Nếu không thích chen vai thích cánh cùng đám đông trong khói hương nghi ngút, bạn nên đi tới trạm cuối - cách đó chừng vài trăm mét và bỏ ra thêm 500 VND để qua phà Bình Khánh, rồi thuê xe ôm đi về khu du lịch sinh thái Cần Giờ - Đảo Khỉ. Cho đám khỉ lau nhau ăn giữa khung cảnh thiên nhiên hoang dã, một cái thú không tệ.

Nếu không thích đi dã ngoại, lại thích thưởng thức món ăn của người Hoa, bạn nên nhảy lên tuyến xe Sài Gòn - Chợ Lớn (ưu điểm của tuyến này là tất cả các xe đều có gắn máy lạnh). Tuyến xe này ngắn so với hai tuyến trên, chỉ chừng mười lăm, hai chục phút xe chạy là bạn đã có mặt ở khu người Hoa. Đi bộ nhìn những ngôi nhà cổ là một cái thú, nhưng bạn cũng có thể ghé một quán ăn Trung Hoa nào đó và tùy theo "cái duyên" của mình, bạn sẽ dễ dàng khám phá ra một quán ăn ngon để có sự so sánh cách nấu ăn của người Hoa ở Sài Gòn với những nơi mà bạn đã có dịp du lịch như HongKong hoặc Singapore...

Ngoài ba khu kể trên, bạn có thể lên tuyến xe bus Sài Gòn - Suối Tiên (khu du lịch mới xây dựng của người Sài Gòn), nơi đây tái hiện một phần lịch sử của người Việt khá hùng vĩ, với các dịch vụ phục vụ khách nhàn du với giá cả rất mềm hợp với túi tiền...

Nếu như bạn muốn đi thăm thú miền Tây, nơi vựa lúa phì nhiêu nhất của người Việt, thì bạn nên lên chuyến xe bus Sài Gòn - Miền Tây, xe khá đông và nóng (vì không có máy lạnh), xe sẽ đưa bạn tới "Xa cảng miền Tây", nơi đây bạn muốn đi tỉnh nào của miền Tây thì có loại xe đó với giá vé được niêm yết tại phòng vé, bạn khỏi lo trả giá...

Một ngày nằm buồn thiu như con mèo ốm trong khách sạn khi người yêu đã đi shopping, tiền không còn nhiều mà bạn lại muốn ra ngoài cho đỡ buồn, bạn nên chọn tuyến xe bus Sài Gòn - Thạnh Lộc, xe sẽ từ từ rời khu vực chợ Bến Thành xuôi ra đại lộ Lê Lợi, ngang qua Nhà hát Thành Phố (xưa được dân Sài Gòn gọi là nhà hát Tây, do người Pháp xây dựng từ hồi Sài Gòn còn là thuộc địa của họ - theo nguyên mẫu ở bên chính quốc). Xe xuôi theo đường Hai Bà Trưng rồi vượt qua cầu Kiệu để bạn kịp nhìn thấy một dòng kênh đen kịt dưới chân cầu.

Xe đi qua khu An Nhơn của Gò Vấp, vượt cầu An Lộc, bạn lại nhìn thấy một dòng sông đen đang hấp hối chết (chính quyền thành phố đang tìm kiếm tài trợ để phục hồi lại màu xanh nguyên thủy cho dòng sông Sài Gòn xưa kia vốn rất đẹp)này. Xe vượt qua ngã tư Ga để bước vào một vùng không gian khác thoáng đãng hơn. Khi xe dừng tại trạm cuối là chợ Thạnh Lộc, bạn nên xuống xe và đi một vòng quanh ngôi chợ nhỏ này để tìm hiểu một nếp sinh hoạt còn khá khép kín của người vùng ven Sài Gòn. Cũng ngay đây, còn có một ngôi nhà thờ nhỏ, xinh xắn, người quanh vùng cho là do tổng thống Ngô Đình Diệm xây. Mệt và đói bạn có thể nhấm nháp cái gì đó trong chợ (nếu không quá kỹ lưỡng cho cái bụng của bạn), nếu không bạn lại lên xe quay về đi ăn với người yêu ở nơi mà bạn cho là thích hợp. Cả đi và về tiền xe chưa tới 30 cent USD, mà nỗi buồn thì dường như đã bay theo khói bụi đường...

Tôi có thể kể cho bạn nghe nhiều tuyến xe bus Sài Gòn nữa, nhưng là một khách nhàn du và tự do với một chiếc balô trên vai, tấm bản đồ trên tay, bạn hãy đi và cảm nhận niềm vui tự khám phá một thành phố Sài Gòn đông đúc, ồn ào với rất nhiều bụi, nhiều khói xe và nhiều nụ cười thiếu nữ. Và ai biết đâu được mối lương duyên kỳ ngộ nào đó sẽ tới với bạn trong thành phố phương Đông huyền ảo nhưng náo nhiệt này...

Điều mà du khách cần nhớ nhất là đừng bao giờ lên xe bus vào giờ cao điểm (sáng từ 6 giờ tới 7 giờ 30; trưa từ 11giờ tới 12giờ; chiều từ 16 giờ 30 tới 18giờ), vì lúc này xe sẽ rất đông, nếu không quen, bạn dễ bị ngộp thở trong cái nóng hầm hập và người thì chật như nêm, lúc đó chẳng có máy lạnh của xe bus nào đủ mát (chưa kể xe bus Sài Gòn cái có máy lạnh, cái không). Điều thứ hai du khách cần lưu ý là sau 19 giờ 30 tất cả xe bus Sài Gòn đều ngưng hoạt động (trừ tuyến xe bus Sài Gòn - Chợ Lớn hoạt động tới 21giờ).

Trên một chuyến xe bus, tôi đã gặp một du khách người Anh (anh này đi tour Đông Dương) và hôm đó anh ta tự nhảy xe bus đi Củ Chi, tôi gặp lúc anh ta đang trên đường về Sài Gòn. Thấy mấy cô gái vây quanh anh chàng đẹp trai mà ngôn ngữ lại có vẻ bất đồng, tôi đã tới nói chuyện với họ. Anh chàng người Anh than phiền là xe quá đông người và nóng như ở trong... địa ngục. Khác hẳn với ở bên Anh quốc, người ta có thể ngả người trên ghế xe bus vừa nghe nhạc vừa đọc sách. Còn ở Việt Nam, anh ta giơ tay diễn tả, chỗ này, chỗ kia đâu đâu cũng bụi. Còn đường phố thì toàn xe Honda (xe gắn máy, hai bánh). Khi tôi thay mặt mấy cô gái hỏi anh có người yêu chưa? Anh chàng vui vẻ móc bóp ra khoe hình một cô gái. Chúa ơi! Nếu so với những cô nàng đang có mặt thì cô gái của anh chàng người Anh kia xấu ơi là xấu! Nhưng mà biết sao được, tình yêu có đôi mắt riêng của nó.

Với tôi, tình yêu một thành phố cũng vậy. Sài Gòn rất nóng, rất bụi, lại nhiều khói xe nhưng tôi yêu lối sống của những con người trong thành phố này - phóng khoáng, vui vẻ. Sài Gòn đẹp nhất là những chiều mưa bay lất phất qua ô cửa kính xe bus nhòe nước, ta thấy bóng những ngôi nhà mờ đi trong làn mưa bụi, những bóng người đứng trú mưa nghịch nước dưới hiên nhà và nụ cười của người con gái chợt sáng lên trong giấc mơ của người nhạc sĩ Sài Gòn tài hoa - Trịnh Công Sơn, vang lên trong tiếng máy hát nhạc của xe bus Sài Gòn: "Em còn nhớ hay em đã quên, nhớ Sài Gòn mưa rồi chợt nắng..."

Không biết thì hỏi sư phụ xe ôm

• *Nam Đan*

Đến một thành phố lạ, muốn biết nơi nào cảnh đẹp, nhà hàng nào ăn ngon, khách sạn nào tiện nghi và giá cả phải chăng... thì nên hỏi các hướng dẫn viên du lịch. Nhưng nếu muốn lặn sâu vào những ngõ ngách tối tăm nhất của đời sống ở thành phố, thì có lẽ nên hỏi các bác tài xe ôm.

Với kinh nghiệm từng trải trên yên ngựa sắt cho sinh kế hằng ngày, các bác tài thường rất lão luyện về những chuyện giang hồ. Ngày nay, theo qui luật đào thải của nền kinh tế thị trường, xe ôm dần dà thay thế xích lô trong các dịch vụ vận chuyển, đi lại cá nhân. Còn bao giờ thì đến phiên các bác tài xe ôm phải bỏ nghề? Ngày ấy chắc còn xa. Nhưng với tình trạng giá xăng dầu bất ổn và tăng nhanh như hiện nay, các bác cũng phải gánh chịu sự khó khăn, cùng chịu ảnh hưởng của các cuộc chiến ở tận xứ Trung Đông xa lơ xa lắc.

Các bác xe ôm ở Sài Gòn và các tỉnh miền Nam khác hẳn các đồng nghiệp ở ngoài Hà Nội. Ít ra cũng khác ở bề ngoài. Ngoại trừ một số là thành viên của các nghiệp đoàn ở các bến bãi phải mặc đồng phục kaki có in tên nghiệp đoàn và bảng tên đeo trước ngực ra, các bác tài còn lại thường ăn mặc giản dị, có khi xộc xệch lam lũ. Ngược lại, các bác tài xe ôm ngoài Bắc thường bảnh chọe hơn, xoàng xoàng cũng áo sơ mi đóng thùng, chân đi giày da. Thậm chí có bác còn chơi hẳn áo vest và cà vạt hẳn hoi. Người ở xa không biết khi nghe hỏi, *"Xe ôm không anh giai?"* có thể phát run vì ngỡ rằng ông thầy ký, hay thầy giáo lịch sự này đang đùa với mình chăng!

Đại ca nào hùng cứ khu vực này? Dân chích choác hay tụ tập ở đâu? Nơi nào bán "hàng trắng", nơi nào bán "hàng đen"? Bao nhiêu một "tép"? "Gà" bao nhiêu một "dù"? Bia ôm nơi nào tươi mát? Ghế gội đầu tiệm nào thư giãn cho qua một buổi trưa? Ở đâu cơm 4.000 đồng một đĩa? Ở đâu cháo 2.000 đồng một tô? Quán nào khách có thể ngồi thâu đêm chờ sáng? *Đi đâu cho hết một đêm hoang vu trên mặt đất*[1]? Những thắc mắc đại loại như thế, người ta nên hỏi bác tài xe ôm. Có người bạn của tôi cho rằng câu tục ngữ: *"Biết thì thưa thì thốt không biết dựa cột mà nghe"* có thể sửa thành: *"Biết thì thưa thốt không biết thì hỏi xe ôm"*. Xe ôm cái gì cũng biết, biết một cách uyên bác và thấm thía chuyện đời. Và đừng ngộ nhận rằng xe ôm chỉ làm mỗi công việc chở người, thật ra có khi các bác còn làm đủ thứ chuyện oái oăm kỳ dị khác.

Lân la ngồi quán với các bác tài xe ôm, tôi được nghe nhiều chuyện ly kỳ quanh đời sống. Một sáng bác Tư -râu-quặp kể:

Có lần đang "hẻo", nợ nần vây phủ "tứ giăng", rầu thúi ruột, thì một thằng bé khoảng 16 tuổi vẫy tôi lại. Tôi hỏi: *"Cậu cần đi đâu?"*. Nó trả lời: *"Chào sư phụ, sư phụ giúp đệ tử chuyện này, chuyện đơn*

---

[1] *Mượn tựa một cuốn sách của nhà văn Phạm Công Thiện.*

giản thôi, đệ tử sẽ chung chi đầy đủ. Đệ tử bị giáo viên chủ nhiệm đuổi học, không dám về nói với 'ông via', ổng mà biết thì ổng 'đục' hết. Nhờ sư phụ giả dạng làm phụ huynh đến nhà ông chủ nhiệm xin cho đệ tử vào học lại". Nhìn cái đầu tóc đinh nhuộm hoe, một bên tai có đeo khoen, tôi hỏi: *"Sao lại bị đuổi?"*, nó trả lời: *"Hút thuốc trong lớp búng tàn làm cháy áo con gái, nó thưa, thế là bị đuổi".* Tôi ra giá: *"Tiền xe, tiền làm diễn viên, tiền làm luật sư bênh vực 200.000đ. Đưa tiền trước".* Nó búng tay đồng ý. Để chắc ăn tôi nói thêm: *"Đến nhà thầy tay không thì kỳ quá. Phải mua một ít trái cây biếu thầy". Nó trả lời: "Chuyện nhỏ! Mua thì mua, lựa thứ chiến nhất đi".* Thỏa thuận xong, tôi chở nó về nhà tôi. Trút bỏ bộ áo quần xe ôm, tôi diện bộ oách nhất, áo bỏ trong "thùng" đoàng hoàng. Đứng trước gương tôi thấy mình cũng đường hoàng ra dáng đại gia lắm. Sau khi mua một ký trái cây, tôi chở nó đến nhà ông giáo viên chủ nhiệm.

Ông thầy từ chối món quà, ông nói: *"Tôi cũng muốn gặp ông từ lâu. Nó không học hành gì cả, chỉ tụ tập băng đảng, có vào lớp cũng chỉ quậy phá. Nó còn nói với mấy đứa trong lớp rằng nếu bị đuổi, nó sẽ cho giang hồ thanh toán tôi"*. Tôi kính cẩn trả lời: *"Thưa thầy, con dại cái mang. Nó là con một, tôi trót nuông chiều nó từ nhỏ nên bây giờ rất khó dạy. Xin thầy bỏ qua, tôi sẽ răn dạy cháu. Nó là máu thịt của mình. Chân dẫm dơ thì rửa, chẳng lẽ chặt chân đi? Xin thầy xem con tôi cũng như con thầy..."*. Trong khi tôi muối mặt tuôn ra những lời giả dối, thì nó cúi mặt xuống để giấu nụ cười, may mà ông thầy không nhìn thấy. Xong việc, ra khỏi nhà ông giáo, nó khen tôi: *"Sư phụ diễn hay lắm, bo thêm 50 ngàn nè!"*. Nhận tiền nhưng tôi không vui, lòng đầy hổ thẹn, nhưng chuyện đã rồi, tôi không thể và cũng không đủ can đảm làm khác được. Tôi nhớ đến tuổi nhỏ của mình, nhà nghèo phải bỏ học, nên cay đắng hỏi nó: *"Sao mày không chịu học? Thất học, mai sau khổ lắm, chỉ làm thân xe ôm như tao"*. Nó hỏi lại giọng ông cụ non: *" Dịch cúm gia cầm sắp tiêu diệt loài người, vũ khí hạt nhân sắp làm nổ tung trái đất. Học làm cái quái gì? Đưa tui tới Trần Quang Khải hành*

hiệp Võ Lâm Truyền Kỳ đi. Thôi sư phụ đừng lên giọng dạy đời nữa, hôm nào có phi vụ khác đệ tử sẽ hú". Không đợi câu trả lời, nó nhét vào túi tôi thêm nửa gói 555 rồi khinh khỉnh bỏ đi.

Một câu chuyện khác, không chỉ làm diễn viên, làm luật sư, xe ôm đôi khi còn làm vật tế thần cho bọn lừa đảo nữa. Anh Quý-thầy-mo kể:

Tôi đang chở khách thì xe bị dinh đâm lủng ruột. Trong khi đợi vá xe, anh khách mời tôi uống cafê lề đường. Anh có vẻ hiền lành, lịch sự. Anh tâm sự rằng anh ở Long An, gia đình con đông, vợ bệnh rề rề, còn anh thì làm nghề nông thất bát, hiện nay thất nghiệp mãn tính. Chuyến này lên thành phố vay mượn họ hàng được chút tiền, anh tính mua chiếc xe đặng chạy xe ôm kiếm sống qua ngày. Anh hỏi tôi về nghề xe ôm. Cảm động trước hoàn cảnh thất cơ lỡ vận của anh, tôi cũng an ủi khuyên giải đôi lời. Rồi nói về chuyện nghề, về tính cạnh tranh gay gắt với đồng nghiệp, đôi khi phải sử dụng chân tay với nhau để giành giật khách, phải thuộc đường sá, phải có điện thoại di động, có nhiều số điện thoại của gái làng chơi để phòng khi cần đến, những mánh lới để vòi tiền khách và nhất là phải đề phòng bọn cướp xe...

Càng nói chuyện tôi càng có cảm tình với anh ta, khi xe sửa xong thì hai đứa tôi đã trở thành đôi bạn thân thiết. Thả anh xuống Gò Vấp, tôi chỉ lấy tiền xăng tượng trưng, còn hẹn nhau mai sẽ gặp lại. Thế rồi hôm sau tôi làm tài lanh chở anh đi mua xe. Sau khi so kè cả buổi, tôi chọn cho anh ấy một chiếc Wave Tàu cũ, nhưng có vẻ bền, ít hư hỏng lặt vặt.

Anh ta vừa ý lắm, móc thuốc ra mời, rồi nói với chủ tiệm *"Ông anh tôi ở đây chờ với anh nhé, để tôi chạy thử một vòng"*. Chủ tiệm đồng ý. Nhưng ngay lúc đó, tôi thấy một thoáng nhìn rất nhanh của anh ta về phía tôi. Cái liếc nhìn rất lạ, nhanh đến độ đáng sợ. Tôi tỉnh ngay cơn mê, bản lĩnh và kinh nghiệm của một gã xe ôm nhiều năm trên đường phố Sài Gòn vụt trở lại. Tôi vội nói với ông chủ tiệm: *"Tôi chỉ là xe ôm, không quen biết gì với ông anh này đâu nghe!"* Ông chủ tiệm hiểu ngay, lên xe ngồi sau lưng anh ta, rồi mới cho xe chạy thử.

Khoảng một giờ sau ông chủ tiệm chạy xe một mình về tức tối "*Thằng khốn nạn chạy lòng vòng khoảng vài trăm thước, khen xe tốt. Qua chợ hắn dừng lại, nói vào chợ bán vàng trả tiền xe, bảo tôi đợi, tôi đợi đến bây giờ đấy. Nó định lừa lấy xe của tôi để ông xe ôm lại làm 'vật tế thần'. May mà ông nhanh trí không thì... Thế nó trả tiền xe ôm cho ông chưa?* "Tôi nói: "*Chưa*" nhưng lòng vừa mừng vừa giận. Nhờ trời thương, hú vía. Xém nữa vô đồn công an vì tội đồng lõa lừa đảo.

Còn câu chuyện này tôi được nghe bên tô bún bò Huế. Từ sáu năm nay, bạn tôi là khách quen của quán bún bò nổi tiếng nằm ở góc phố quận Nhất này. Ông chủ quán da sạm nắng, dáng đậm người mà chắc lụi, giọng Huế rặt, ra rả điều động năm nhân viên bưng bê và tính tiền. Sáng ra, hàng trăm khách ngồi kín cả hai bên vệ đường, vậy mà ông nhớ mặt nhớ tên, nhớ luôn thói quen của khách. Vợ chồng bạn tôi ghé tháng đôi lần, vậy mà họ chỉ cần kéo ghế là ông chủ đon đả chào rồi quay vào trong la lớn: "*Một giò nạc không chả, một đuôi bò ít bánh, rau trụng bàn số bảy*". Chừng hai phút là có ngay hai tô bún nóng hổi. Riết rồi từ *khách quen* thành *khách ruột*. Và cũng đủ lâu để biết vợ chồng chủ quán có ba đứa con, hai trai một gái; và ba căn nhà khá bự nằm ở ba khu vực khác nhau trong thành phố, trong đó có một căn lầu ba tấm mặt tiền ngay trung tâm quận Nhất, đang gợi ý cho bạn tôi thuê mở văn phòng với giá gần 2.000 USD/tháng.

Một chiều nọ, chị bạn tôi lang thang kiếm xe ôm. Khi đứng trên lề đường vẫy tay gọi xe thì nhác thấy ông tài có cái dáng quen quen, tới gần, chị suýt té ngửa: chính là ông Tư Huế chủ quán bún bò. Vẫn nụ cười và giọng nói ngọt sắc như món nước lèo không chê vào đâu được, chỉ thêm chiếc nón lưỡi trai, cặp kiếng mát và chiếc *Dream Tàu*. "Trời, làm vậy sao được cha nội. Cho thiên hạ kiếm với chứ!". "Khách" làm bộ chọc quê. Nhưng "bác tài" thì tỉnh queo. Ông nói rằng sáng bán hết hàng, chiều "quởn" không biết làm gì, ở không sợ sanh tật nhậu nhẹt, nên chạy vài cuốc xe kiếm thêm. "*Đây là nghề kiếm sống của tui hơn hai mươi năm nay, từ khi mới chân ướt chân ráo vô Sài Gòn. Bớt khó khăn rồi có khi cũng muốn bỏ. Mà kỳ, bỏ thì nhớ, mà bỏ răng đặng hè, coi mệt rứa mà vui! Tiền chạy xe dành cho mấy đứa nhỏ đóng học phí. Cũng là cách để dạy tụi hắn biết quý đồng tiền".*

Trời đất, bài học làm người mà ông bố này dạy con thiệt là đễ nể. Không biết người đàn ông đặc biệt này sẽ áp dụng biện pháp "khổ nhục kế" này đến khi nào, nhưng ông cho biết, hiện tại tụi nhỏ rất chăm học, ngoan ngoãn, không đua đòi tệ nạn, cả ba đứa đều đặt mục tiêu kiếm học bổng để cha sớm... thoát kiếp xe ôm. Mà mục tiêu này coi bộ còn khá là xa.

Sài Gòn có hàng ngàn ngã tư, ngã ba. Ngã nào cũng có vài bác xe ôm túc trực và mỗi bác là chiếc máy quay phim luôn ở chế độ *turn-on*, ghi nhận lại đủ mọi góc độ của trần gian, những đoạn phim đời này bao giờ cũng phong phú và rất đỗi ly kỳ.

Vậy đấy, tôi tin rằng nếu chúng ta tốt nghiệp đại học này đại học nọ, chúng ta chỉ biết được một nửa cuộc đời. Nửa còn lại, phải thọ giáo các sư phụ xe ôm.

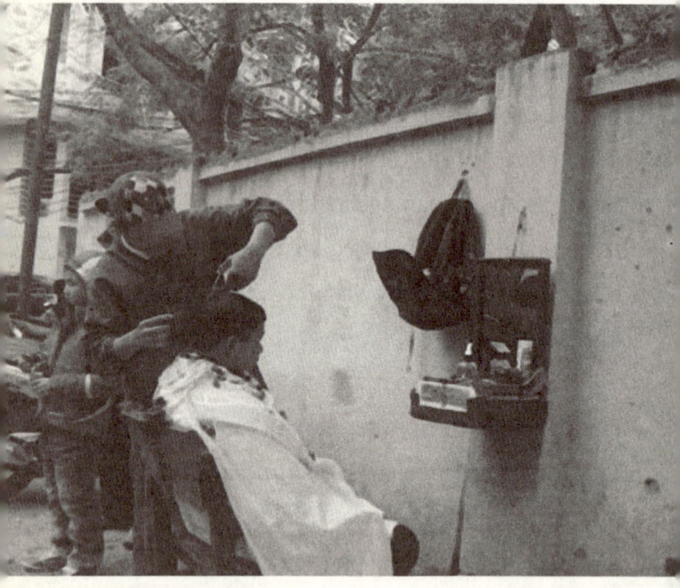

"Ai hớt tóc không !"
Hớt tóc vỉa hè Sài Gòn

• *Trần Tiến Dũng*

Bạn đã xa quê hương bao lâu rồi? Trong ký ức mình có còn hình ảnh những ông già làm nghề hớt tóc dạo? Người Sài Gòn ngày nay cũng sắp mất hẳn hình ảnh những ông thợ hớt tóc trên chiếc xe đạp chở cái thùng đồ nghề ở yên sau, vào một buổi trưa nào đó đậu lại ở đầu góc hẻm. Và những chú nhóc được ba má dắt ra, ngồi trên cái ghế sắt xếp, giao phó "số phận" đầu tóc bờm xờm cho cái tông đơ lụt nhách, cái dao cạo được liếc qua liếc lại trên miếng da bò, cái chất nước thơm thơm xịt ra từ cái vỏ chai xá xị cáu bẩn. Nghề hớt tóc dạo đã chết rồi chăng!

Trong một con hẻm ở phường 9 quận Tân Bình, ông C. làm nghề bán bắp nấu ở lề đường nói:

- Tôi chỉ hớt tóc dạo. Ông bạn già của tôi cứ nửa tháng là đạp xe tới nhà hớt tóc cho tôi, cái đầu này đã hơn nửa đời giao cho ổng hớt. Có dặn ở nhà rồi, nếu tôi chết trước phải kêu ổng lại hớt tóc cho cái xác vô thường này, đừng chấp tiền đi điếu của ổng.

Có người làm nghề cắt tóc tin rằng chính cụ Phan Chu Trinh mới là ông tổ nghề hớt tóc nhưng không dám nói ra vì tầm vóc của nhà ái quốc này cao cả quá. Họ biết khi cụ Phan hô hào dân ta cắt tóc, ý nghĩa ấy tương xứng với quy mô một cuộc cách mạng! Ngày nay mỗi tháng một hai lần những người đàn ông Việt Nam ngồi ở tiệm hớt tóc, dù ở tiệm sang trọng hay ở lề đường đều cảm thấy cái tiến trình canh tân cái đầu đã vượt qua khỏi phạm vi tập tục và cái đẹp của diện mạo mình được chính mình khám phá qua tấm gương, lúc nào cũng đầy sự hưng phấn!

Ông P. một nhà báo trước năm 1975 nói với một người bạn Việt kiều:

- Muốn biết tin tức nóng ở Việt Nam, ông phải đi hớt tóc vỉa hè.

Người bạn Việt kiều Mỹ tên H. nói:

- Tôi ớn cái khoảng cạo mặt với ráy tai quá. Có gan chơi bời dính xi đa đành chịu. Chớ từ Mỹ về ra vỉa hè hớt tóc rồi chết thì vô duyên quá.

Ở góc đường Lý Tự Trọng - Hai Bà Trưng xưa kia có một dãy ghế những người hớt tóc vỉa hè. Nay chỉ còn lại vài người thợ lì lợm quyết bám trụ. Anh T. chừng hai mươi lăm tuổi, cho biết:

- Khách quen rồi, chạy chỗ khác khó sống lắm. Gặp lúc có chiến dịch, mấy ngày liền ngồi ôm thùng đồ nghề mà rơi nước mắt.

Tôi ngồi vào ghế, mặt nhìn vào tấm gương treo trên vách tường. Buổi sáng, tàn cây me già trên đầu che mát rượi. Anh T. hỏi:

- Hớt kiểu gì đây ông?

Tôi nói đùa:

- Anh thấy đầu tôi dùng tông đơ bào láng cón, coi được không?

Anh T. rụt rè:

- Đầu trọc đang là mốt đó ông, bắt chước mấy thằng Tây, nhưng Tây trọc đầu coi ngầu còn mình trọc đầu giống thầy chùa, hiền quá, chẳng có phong cách phản kháng gì ráo trọi.

Tôi được biết thêm là những thợ tin dị đoan như anh không nhận cạo đầu cho khách bằng dao cạo. Họ nói làm vậy xui lắm, có khi dẹp tiệm luôn. Còn chuyện ráy tai anh T. nói:

- Tôi hớt tóc cho Tây ba lô hoài. Tụi nó tuyệt đối không lấy ráy tai, dân ngu thấy mẹ, đã ngứa, sướng mà không biết hưởng.

Anh cho biết nếu không bị chuyện dọn lòng lề đường quấy rầy thì một ngày hớt tóc, anh kiếm được trung bình một trăm ngàn. Chắc thấy tôi giả đò ngờ nghệch nên dù chỉ làm có hai món hớt với ráy mà chém giá mười lăm ngàn; tay này chặt giá đó đúng là mắc hơn cả ở tiệm lớn thuộc khu lao động.

Ở đường Sư Vạn Hạnh nối dài, chúng tôi thấy có hơn một chục cái ghế hớt tóc vỉa hè. Đặc biệt khu này có hai cô gái làm chủ một cái ghế hớt tóc. Cô M.T. nói:

- Em ra nghề gần hai năm nay. Đứng ở đây vừa cực lại kiếm ít tiền hơn chịu vô làm ở tiệm hớt tóc máy lạnh nhưng thấy vui vì không gặp khách dơ.

Tôi bạo miệng hỏi:

- Dơ là sao em?

Cô cười thành tiếng:

- Thôi đi ông, biết rồi mà còn hỏi. Ở đây em có sắm máy đấm bóp đàng hoàng, còn đòi chuyện chơi dơ, mát xa cái "đầu nhỏ" của anh thì miễn.

Cô cho biết cả khu này thợ hớt tóc đều là dân Quảng Ngãi, hai cô tuy là dân đẻ ở Sài Gòn nhưng lại nhờ họ bảo vệ mới đứng vững được hai năm nay ở chốn vỉa hè đầy rẫy dân giang hồ tứ xứ này. Cô M.T. đang ôm mộng thuê nhà mở tiệm hớt tóc nữ đứng đắn mà sang trọng. M.T. nói:

- Hễ nghe con gái làm nghề hớt tóc là ai cũng nghĩ bậy bạ. Họ thành kiến là phải nhưng đâu phải ai cũng vì đồng tiền mà bất chấp.

Nhìn cái mớ đồ nghề sạch sẽ tươm tất của cái ghế hớt tóc này, ai cũng muốn đồng tình với chuyện giữ gìn danh giá nghề nghiệp của cô M.T.; nhưng chỉ cần tính lại rằng, một ngày cô cực khổ ở vỉa hè, dù gặp ngày hên có đầu khách để hớt mỏi tay đi nữa thì thu nhập của cô chắc gì bằng số tiền bo của một cô hớt tóc thanh nữ ôm khách trong tiệm gắn máy mát rượi và thơm phức. Chúng tôi muốn nói với M.T. rằng ma lực cám dỗ của đồng tiền không giỡn mặt được M.T. ơi. Cố lên nghe!

Hớt tóc ở vỉa hè Sài Gòn hôm nay đang là một nghề kiếm sống được. Không chỉ vì nghề này có được số khách hàng là dân nhập cư đông đảo mà còn vì dân Sài Gòn chính cống xưa nay vẫn khoái ra vỉa hè ngồi hớt tóc. Cái thú ngồi choàng khăn, hửi mùi phấn rôm, mắt nhìn ông đi qua bà đi lại trên đường, tai nghe thợ hớt tóc phát lại tin của thông tấn xã "vỉa hè." Quả là thú vị khi vừa được chăm chút làm đẹp cái đầu, vừa không phải tốn tiền khi liên tục được nghe "báo nói vỉa hè".

Nghề hớt tóc vỉa hè từ xưa đến nay vốn là nghề kiếm sống được nên cánh thợ trẻ ai cũng muốn bỏ quê, bỏ tiệm nhào ra lề đường. Thật ra học và làm nghề này không khó. Những kiểu tóc, cách cạo mặt, cạo râu, nghệ thuật lấy ráy tai của các ghế hớt tóc vỉa hè xưa đến nay vẫn y vậy. Nếu có "sáng kiến" phục vụ thêm chỉ là chuyện đắp keo hút mụn cám, thoa kem trắng sạch da mặt, cắt móng tay. Ngày nay Sài Gòn lắm chuyện thay đổi. Nghề hớt tóc ở vỉa hè đang đối diện hàng ngày với nghịch cảnh bị dẹp tiệm. Có khi để sinh tồn, trong tương lai nghề này sẽ phải hóa thân trở lại kiếp hớt tóc dạo chăng! Nghe nói dân trong nghề đang tính chuyện gom đồ nghề vô thùng, cột thêm cái ghế vào chiếc xe Honda - Trung Quốc; cứ vậy mà lang thang khắp đầu đường xó chợ, gân cổ rao: Hớt tóc, hớt tóc đây!

Tháng 6.2006

Cà phê hẻm và thi sĩ vỉa hè

• Nam Đan

Có lẽ không ở đâu có nhiều quán cà phê như ở Sài Gòn. Cũng không ở đâu có nhiều quán cà phê lấn chiếm các con hẻm như ở Sài Gòn. Trong vô vàn các quán cà phê hẻm ấy, nổi tiếng nhất là quán cà phê ở hẻm 47 đường Phạm Ngọc Thạch, bởi nó được "ăn theo" sự ngụ cư của một nhạc sĩ vốn nổi tiếng bậc nhất Việt Nam, Trịnh Công Sơn; không những thế nó còn được nhắc đến không ít lần trong các sáng tác của các nhà văn, nhà thơ Sài Gòn khác.

Một hôm, cũng như mọi hôm, tình hình thế giới không có gì thật nghiêm trọng để quan tâm, chúng tôi bèn thảo luận về sự nguy hiểm của "việc uống cà phê" đối với đời sống con người. Xin lưu

ý rằng ở đây chúng tôi bàn về sự nguy hiểm của "việc uống cà phê", chứ không phải của "cà phê". Sau khi đưa ra nhiều giả định, từ các giả định có nhiều khả năng trở thành hiện thực như: ngộ độc vì uống nhầm cà phê pha nhiều bắp rang, hay ngẫu nhiên trở nên nạn nhân do một vụ ẩu đả của các cậu choai choai trong quán... chúng tôi đều đồng ý rằng mối nguy hiểm vì ngồi uống cà phê ở nơi chúng tôi đang ngồi là "mối nguy hiểm thơ mộng" nhất.

Chúng tôi đang ngồi ghế nhựa, quanh một trong những chiếc bàn cũng bằng nhựa được sắp dọc theo bức tường vôi đã ngả màu, bức tường có nhiều vết nứt và chân tường rêu bám xanh. Dãy bàn nhựa khoảng chục cái đều đã có khách ngồi. Một cây xoài lớn trổ đầy những chùm trái treo lơ lửng trên cao, ngay trên đầu chúng tôi. Cây xoài vươn cành ra cho con hẻm bóng mát, đồng thời cho luôn nguy cơ rụng trái xuống đầu người. Thử tưởng tượng nhé, một trái xoài to bằng cái ly cà phê bạn đang uống rơi xuống đầu ở độ cao mười mét. Chấn thương này chắc chắn sẽ biến bạn từ một người bình thường,

mỗi sáng nhàn rỗi ngồi quán cà phê, thành một thi sĩ chẳng thể nổi tiếng. Hay tệ hơn, thành nhà tư tưởng sở hữu một hộp sọ chứa đầy những ý tưởng viễn mơ mà không bao giờ được thực hiện. Nhưng thế nào đi nữa, sự kiện hộp sọ con người bị kích hoạt bởi một trái xoài cũng thú vị và thơ mộng hơn những lý do nguy hiểm nhưng nhạt nhẽo khác phải không nào?

Quán nằm ở một con hẻm nổi tiếng nhất Sài Gòn. Nó ăn theo sự nổi tiếng của người nhạc sĩ tài hoa Trịnh Công Sơn. Thuở sinh tiền, ông sống trong một ngôi nhà ở cuối con hẻm này, hẻm số 47 đường Phạm Ngọc Thạch. Ngày xưa con đường này còn có tên là đường Duy Tân, nó được xem là con đường của tình yêu trong một ca khúc của nhạc sĩ Phạm Duy, "*Con đường tình ta đi*".

Con hẻm dài khoảng năm mươi mét và bề rộng vừa đủ cho một chiếc xe hơi chạy vào, khi xe muốn ra, tài xế phải cho số lùi chạy thật chậm. Lúc đó, khách phải đứng dậy nép sát vào tường tránh đường, mỗi người tự cầm ghế và ly của mình và

cầm luôn nỗi cám cảnh về thân phận uống cà phê chạy. Cà phê ở đây không xuất sắc hơn những nơi khác, toàn là cà phê được pha sẵn, mỗi ly "đá" giá năm ngàn, "sữa" bảy ngàn, trước đây thì có "đen" giá ba ngàn, nhưng bây giờ thì không còn bán. Chủ quán giải thích rằng cà phê đen phải tính giá quá rẻ, không có lời, nên họ không bán. Vả lại "đen" nóng cần phải có củi than bếp núc lỉnh kỉnh. Hai vợ chồng họ trôi giạt từ miền Trung vào mở quán này đã gần hai mươi năm. Ông chủ có phong thái của một nhà giáo, lúc nào cũng ăn vận lịch sự và niềm nở với khách. Những đứa con của họ được ăn học tử tế cũng từ lợi nhuận của quán.

Buổi sáng là lúc đông khách nhất trong ngày, nếu bạn đến trễ sẽ không có bàn, nhưng không sao, chỉ cần đặt một chiếc ghế vào giữa là ổn, nó sẽ là chiếc bàn dã chiến.

Nhiều phần khách ở đây vào trạc trung niên, gồm nhiều thành phần khác nhau. Một số trong giới họa sĩ, nhà báo, nhà văn thường ngồi ở đây. Có người ngồi trầm ngâm, có người sôi nổi trình bày quan điểm nghệ thuật, hay tranh luận xem ai sẽ trả tiền cho chầu bia vào buổi trưa sắp đến. Đặc biệt là bàn nào cũng có người đang đọc báo. Nhìn quanh đây, bạn sẽ bớt bi quan cho tình trạng đi xuống của nền văn hóa đọc.

Nếu bạn ngồi ở đó vào một sáng có cơn bão bất chợt đi ngang thành phố thì làm sao đây? Bạn có thể chọn một trong hai giải pháp. Một là cứ ngồi dưới những chùm xoài chờ hộp sọ mình được kích hoạt để trở thành thi sĩ. Hai là chạy xe ra khỏi hẻm, chạy chậm dưới hàng cây cao lất phất mưa, chạy về hướng trung tâm thành phố, chạy trên con đường lá cây xanh biếc tình tứ nhất Sài Gòn và thấy mình đã là thi sĩ.

Sài Gòn hẻm

• *Thọ Diên*

Chằng chịt như ma trận là hẻm, hẻm và hẻm. Trong những con đường nhỏ nhất chỉ vừa vặn cho một chiếc xe đạp cũng có nhà, nhà và nhà. Cửa này chiếu tướng cửa kia cách nhau chỉ năm sáu tấc, nhìn thấy mọi sinh hoạt của nhau tuốt tuồn tuột.

Thế nhưng Sài Gòn quyến rũ ở những con hẻm với những ngôi nhà không số hoặc thật nhiều cái gạch sổ giữa những con số. Như lạch nhỏ chảy ra sông, như sông chảy ra biển, hẻm của Sài Gòn chi chít chảy ra đường cái rồi chìm vào các đại lộ mang tên những anh hùng, liệt sĩ, văn nhân. Từ trong cái bàn cờ hỗn loạn quan quân đó, mỗi con người sẽ vươn vai mỗi sáng bắt đầu một ngày mới ở bến tàu, xưởng thợ, nhà máy, chợ nhóm, lề đường. Họ túa ra

HONDA
51-FB
8827

kiếm sống rồi tụ về buổi xế chiều; mùi xào nấu bay luồn qua cửa sổ, tiếng con nít khóc, tiếng tivi vặn hết cỡ trộn lộn trong tiếng cãi vả chửi chó mắng mèo. Tất cả làm nên một hòa tấu khúc bi tráng và tuyệt vời. Nó toát lên khát vọng sống của con người.

Những ngõ hẻm này, dù cụt hay thông, có lẽ trước đây đã từng rộng rãi khoáng đãng, bây giờ teo hẹp lại nhỏ xíu do mỗi nhà đều có nhu cầu thở đến mức, dù muốn dù không, phải xông vào trận chiến lấn chiếm, được li nào hay li nấy.

Chen chúc đến vậy nhưng họ có cả một thiên đường riêng. Mọi thứ đều nằm trong tầm tay. Nguyên một cái chợ được khuân vô quang gánh, trong đó đủ thứ thịt cá rau trứng hành tiêu tỏi ớt nước mắm nước tương đậu hũ. Mỗi ngày cái chợ di động sẽ ghé tạt qua từng nhà, râm ran chuyện giá cả giữa hai bên bán mua, thậm chí bình luận phim tình cảm xã hội Hàn Quốc hoặc những vụ bê bối của các diễn viên ca sĩ nổi tiếng. Để ăn sáng đã có mì phở cháo hủ tíu sữa đậu nành cà phê bánh mì xíu mại trà đá, cứ hai ba chục thước lại có một "tiệm" nho nhỏ. Làm đẹp ư? Chỉ cần một cái hộp đựng thuốc móng tay, giũa, kéo, vài lọ kem dưỡng da, chuyên viên tư vấn sắc đẹp có thể biến một cô bé lọ lem xóm nhỏ thành công chúa với làn da được nặn mụn tươm tất, mặt được se lông, chân mày tỉa tót cong vun vút, lông mi nối dài rậm ri như tài tử Bollywood. Một thau nước ấm để ngâm chân, ba mươi phút sau đã hiên ngang bộ móng đỏ. Lên lai, chít eo, xổ ngực, nâng đáy chỉ cần một cái máy may để nửa kín nửa hở ngay hàng hiên. Khách có thể ngồi chờ, loáng một cái đã có quần áo vừa ý để mặc kịp cái hẹn buổi chiều đi chợ Bến Thành hoặc đi xem kịch ở sân khấu hài.

Dòng sông ồn ào vui nhộn đầm ấm cứ thế đều đặn chảy len qua những con hẻm nhỏ, thỉnh thoảng bồng dềnh lên bởi cuộc rượt đuổi nghiêng ngửa giữa dân phòng và một tay trộm vặt, giữa công an và một kẻ giật dọc, hay giữa bà hỏa và những xô nước chuyền nhau từ dưới đất lên mái nhà, từ mái nhà qua mái nhà. Hẻm sẽ trở thành lòng chảo ngùn ngụt lửa khói nuốt trọng những căn nhà san sát chết chùm với nhau, bởi xe vòi rồng vô phương can thiệp. Hẻm cũng nức nở tang chế với nhà đòn bó tay trong lễ động quan bởi quan tài chỉ có thể đẩy lòn ra khỏi hẻm trên bốn bánh xe gỗ tạm chế.

Ôi thôi cơ man là bi hài kịch, nhưng tất cả những dòng sông đều chảy tưng bừng sau mỗi biến cố. Đi xa sẽ nhớ hẻm. Lang bạt xứ người một buổi sáng mắt nhắm mắt mở sẽ nhớ hủ tíu bà Ba, sữa đậu nành cô Tẽn. Lơ ngơ trong những siêu thị mênh mông sẽ nhớ chợ gánh với những con tép trong veo còn nhảy đòi nước, những con cá roi rói còn phùng mang thở hụt. Nằm chèo queo ướp lạnh trong một căn phòng tiện nghi tầng thứ 15 của cao ốc sẽ nhớ cánh cửa toang hoác của nhà đối diện. Bon bon xe 150km/giờ trên xa lộ sẽ nhớ mùi mồ hôi nách của người hàng xóm vừa chạm mặt trong cái hẻm chỉ lọt đủ một người...

Tháng 11.2004

NHÀ MAY
PHƯỢNG
ÂU VIỆT PHỤC NAM NỮ
ÁO DÀI RAGLAN KHỎI THỬ
337/19
ĐT: 8332617
VÕ CHIÊU TÀI
BV.CHẤN THƯƠNG CHỈNH HÌNH
NỘI KHOA - CƠ - XƯƠNG - KHỚP
GIỜ LÀM VIỆC
GAMES ONLINE
INTERNET
ADSL
QUỐC HUY
THU HẰNG

Đời hẻm

• *Võ Phi Hùng*

Một ngọn gió đổi thay nữa thổi vào các con hẻm là các đợt người nghèo nhập cư đến từ làng quê Bắc Trung bộ. Họ nhanh chóng gia nhập đội quân làm thuê đông đảo của Sài Gòn. Và những con hẻm ven đô lại mở rộng vòng tay. Cơ cấu, hình hài của hẻm cũng đổi thay. Thế đó, trong đêm lặng yên mọi nhà cứ êm đềm ru giấc ngủ. Nhưng xuất phát từ các con hẻm kia, cuộc kiếm sống 24/24 giờ vẫn không ngừng nghỉ

Bà con cô bác trong xóm nghèo giàu lẫn lộn dễ nhận ra thằng cu Bìu khoảng mười bốn tuổi với thanh nhôm gõ rao mì trên tay. Cái đặc biệt của nó chính là cái vóc dáng nhỏ xíu xiu, chỉ bằng một đứa bé bảy tuổi được nuôi dưỡng bình thường ở thành phố, không bị béo ị.

Cho nên cu Bìu một cái bánh su giá một ngàn, nó ăn nhín nhín để kéo dài cái khoái khẩu, hai con mắt nhỏ đen láy sáng rực lên. Quả cái bánh bé mọn thôi nhưng đã trở nên kỳ diệu đối với nó đến thế nào. Cu Bìu là một trong hàng trăm ngàn người nhập cư đến Sài Gòn với hai bàn tay trắng. Cu Bìu bán mì gõ cho một chủ xe mì trong con hẻm ở Gò Vấp.

Dưới làn ánh sáng tờ mờ buổi sớm mai ở một con hẻm thuộc khu Gò Vấp, bỗng thấy đậu ken dày hàng đoàn "chiến xa" màu sáng bạc, đó chính là hàng chục chiếc xe bán mì gõ tụ tập về bãi đậu sau một đêm dài len lỏi khắp hẻm dài, hẻm cụt, hẻm ngã ba, ngã tư rao bán món mì hủ tíu bình dân no dạ ấm lòng mà giá lại "bèo".

Khoảng chín giờ sáng, chủ xe đi chợ về với mớ xương khúc, củ lẳng, vài cục thịt, giá, hẹ, mì, hủ tíu, ớt... là hàng chục "chiến xa" kia được đốt lò, hầm nước lèo, khói bốc lên uốn éo xanh mờ cả một vùng hẻm. Rồi từng nhóm ba người bu quanh từng chiếc xe, họ làm hẹ, lặt giá, xắt ớt cùng nhau râm ran chuyện quê xa: chuyện *"trời làm cơn mưa lụt hàng năm/mùa đông thiếu áo mùa hè thiếu ăn"* - như lời một bài hát (lời đúng của bài hát là: mùa đông thiếu áo hè thời thiếu ăn/Trời rằng, trời hành cơn lụt mỗi năm-BTV); chuyện gửi tiền về giúp nhà; chuyện tết này về thăm quê.

Đến khoảng hai giờ trưa, "đoàn xe tăng nhôm" mì gõ ùn ùn "ra quân", nhanh chóng tìm đến các góc phố, đầu hẻm, góc đình, mé chợ quen thuộc "chốt lại", phục vụ cái dạ dày của khách bình dân lúc lên cơn đói thòm thèm.

Cu Bìu, giờ đó cũng phải đẩy xe qua các con hẻm quanh quẹo chật chội. Kê xe, bày quán cóc xong bắt đầu rong ruổi chơi nhạc gõ. Nó cười rất có duyên, chân chất như đậu phộng rang, bắp luộc. Nó lê đôi chân bé tẹo đi đến lúc phố lên đèn. Đôi tay thường nóng bỏng vì nước lèo tràn khỏi tô. Thấy nhà thiên hạ mở ti vi, có phim hoạt hình nó thèm nhỏ dãi, hay tay bấu song sắt, ghếch cằm lên coi ké. Thấy lâu không quay về chủ xe mì gõ biết liền, "thưởng" cho nó cái nhéo tai, cốc đầu, hoặc tung một cú đá kung fu vào đít. Cấm khóc.

Mỗi tháng cu Bìu được bốn trăm ngàn, chủ giữ, cuối năm mới đưa đem về quê cho má nuôi ba bệnh. Cu Bìu phải lao động mười lăm giờ một ngày cho dù nó mới mười bốn tuổi. Nó đi loanh quanh cho đến khuya lơ khuya lắc, mười hai hoặc một giờ đêm, tải nặng trên vai tấm lòng chí hiếu và quen thuộc đến nỗi lũ chó không buồn sủa.

Đi sau cu Bìu là anh chàng tẩm quất và cậu trai "Bánh chưng bánh giò". Các anh chàng "chưng, giò" này đạp xe phăm phăm đi từ bốn giờ chiều và trở về lúc bốn giờ sáng.

Nếu các anh "chưng giò" này có vợ bán vé số thì đúng là cảnh "chồng ngâu vợ ngâu"

Bởi sáu giờ, đội "nữ binh" bán vé số dạo từ hẻm túa ra khu trung tâm, các quán cà phê, điểm ăn sáng, bến xe, bến tàu, ga, chợ... với đầu trần, áo khoác ngoài, dép lê, cọc vé số và chiếc túi nhỏ đựng tiền. Ra đi từ bình minh, trở về khi trời tối mịt. Người bị lừa mất cả vé số, kẻ bị giật bay biến túi tiền. Lê chân cả ngày, dép mòn vẹt gót, cổ khát khô, lại mất trắng tay, biết lấy "đồng mô" trả lại cho đại lý? Lủi thủi về gác trọ nằm khóc tủi thân, rồi lăn ra ngủ vật vờ, người này nằm sát bên người kia, xếp lớp như cá mòi. Có chật chội thật. Nhưng hơn lúc còn bơ vơ, lại ấm áp một tình quê đồng cảnh ngộ. Nhờ vậy mà nước mắt kịp chảy ngược vào trong.

Giờ các chị lại "phát triển" "hai trong một", vừa bán vé số vừa kèm theo rổ đậu phộng luộc. Một chị cất giọng Thanh Hóa: "Ai không mua vé thì *en* đậu phộng luộc cũng được". Và chị nói tiếp: "Chồng chết, còn đứa con gái gửi họ hàng nuôi. Sau này nó lớn cho vào đây bán vé số". Giọng chị thản nhiên về một tương lai đáng ngại.

Lại thêm "đội quân phụ hồ" thường bị giới lao động chân tay tại chỗ than phiền là phá giá tiền công hàng ngày.

Buổi sáng, một anh cai xây nhà "ngự" tại một quán cà phê cóc đầu ngõ hẻm. Đám phụ hồ nhập cư cứ hai người chở nhau trên chiếc xe đạp cà tàng lần lượt kéo đến tụ tập. Hầu hết đều gọi đĩa xôi, tô mì gói, ly trà đá, điếu thuốc lá "cưa đôi" thở khói chập chờn, chờ anh cai phân công tới các điểm làm

việc. Có tay ỉ ôi vay mượn thêm ít tiền; có người xin thêm tiền chữa vết thương lúc làm việc.

Ban đêm, tại ngôi nhà đang xây vách tường dở dang, có một người thợ nhập cư treo chiếc võng toòng teng ngủ lại để coi ngó gạch, cát, xi măng. Trời mưa, anh giăng tấm bạt che nước trời. Gió giông giật mạnh, tấm bạt phập phồng "rên rỉ" trong đêm. Trên tầng cao đó, chỉ còn mỗi mình anh đong đưa võng buồn với ngọn đèn tròn vàng ệch và tiếng mưa rơi xối xả triền miên. Đêm đơn điệu và dài vô tận!

Buổi sáng ra đầu hẻm uống ly cà phê, anh nói nhớ quê đứt ruột. Cô gái trong xóm ghẹo: "Tới đây thì ở lại đây. Bao giờ bén rễ xanh cây mới *dìa*!".

Thế nhưng anh còn mẹ già đau ốm âm ỉ nhiều năm, còn ba đứa em vẫn phải đi đò ngang băng qua dòng sông nước xoáy cuồn cuộn để đến trường kiếm đôi ba con chữ lận lưng, nên anh cứ phập phồng đeo đẳng nỗi lo.

Rồi một đêm, cả hẻm kinh hoàng nghe tiếng đổ "ầm" của ngôi nhà tường đang xây dang dở. Mọi người chạy tới, moi đống gạch cứu mạng người phu hồ nhập cư đơn độc.

Ai cũng tưởng sau tai nạn bị què mất một chân, phải đi cà nhắc chắc anh về luôn ngoài quê.

"Đội quân môi trường" là gồm những người đi moi rác. Họ không tụ tập quanh các bãi rác tập trung, vì sợ có "bảo kê". Họ cũng không phải loại quảy bao bên vai, tay cầm móc sắt đi lang thang suốt ngày. Họ là "lao động tự do" nhưng lại có "giờ giấc, ca kíp" hẳn hoi. Và nơi họ "tác nghiệp" có "địa chỉ" rõ ràng, là các bịch rác ngay trước mỗi nhà trong hẻm.

Ca đầu, "ra quân" từ bảy giờ tối đến mười một giờ đêm. Ca hai, từ bốn giờ sáng đến trước thời điểm xe ba gác đổ rác dân sinh trong từng con hẻm hoạt động. Người moi rác mở từng chiếc bịch ni lông ra, chịu đựng mùi hôi thối xộc thẳng vào mũi, đôi khi mắt gặp phải làn hơi lạ cay rát, tay cũng phải cẩn thận để khỏi bị các vật nhọn như xương cá, đinh, kẽm đâm phải, hoặc miểng chai cắt tứa máu, dễ bị nhiễm trùng.

Và một đêm, người trong con hẻm cũ gặp lại anh phu hồ bị sập tường đè què chân lại xa quê, trở vào gia nhập "đội quân môi trường" để kiếm sống.

Hẻm nghèo, lại còn có người nhập cư nghèo hơn. Họ đã đến, đang đến và chắc sẽ còn đến dài dài, đem lại bài học dịu dàng về sự chịu thương chịu khó, về nỗi nhớ quê nhà day dứt, nghĩa tình chan chứa với người ở chốn ấy đợi mong. Âu cũng là bổ sung thêm vào những giá trị tình thân ấm áp, có nhau khi tắt lửa tối đèn trong "đời hẻm".

Thế đó, trong đêm lặng yên mọi nhà cứ êm đềm ru giấc ngủ. Nhưng ngoài các con hẻm kia cuộc kiếm sống 24/24 giờ vẫn không ngừng nghỉ.

VPH. 2007

Cái bàn nơi góc quán dưới tàn cây

• *Trần Lê Sơn Ý*

Quán chẳng có gì đặc biệt khi tôi đến đó lần đầu. Quán và tôi đều lạ. Chỉ có anh bạn đi cùng là quen.

Tôi đến quán lần thứ hai là để gặp một người chưa biết mặt để nhận một cuốn sách về Trịnh Công Sơn. Nhưng làm sao nhận ra ai là nhà báo Nguyễn Quốc Thái? Giọng bên kia điện thoại trả lời nhẹ như một giọng cười: "Cô cứ vào đúng chỗ ngồi có một gốc cây, thấy một người xấu như Quasimodo trong truyện Nhà thờ Đức Bà Paris. Đấy là tôi".

Như bài học về tình bạn và sự quen nhau mà con chồn đã dạy cho Hoàng tử bé, tôi đến gần với chỗ ngồi bên cạnh gốc cây. Bắt đầu bằng buổi sáng những trái sapôchê nhỏ xíu rơi loanh quanh mặt đất. Phía trước là một mái hiên lúp xúp những tán khế xanh và líu ríu sẻ nâu. Ngồi ở đây, có khi chẳng nói chuyện gì, chỉ nhìn bầy sẻ nhảy nhót cũng thấy vui. Phải ngồi đúng góc ấy mới phát hiện ra mình quan sát được nhiều người. Phải ngồi một lần nhờ cô chủ quán mở cho nghe bài hát mình thích. Và từ lần ấy về sau, mỗi lần đến 27, lại thấy mình được nghe: "Đôi ta chỉ có một mùa hè thôi"... được nghe "Chiều trên phá Tam Giang...". Chỉ còn biết nở một nụ cười cám ơn cô chủ quán đã không tình cờ.

Chỗ ngồi ấy đôi khi có một người gầy gò ốm yếu, nhìn vào ông chỉ thấy một đôi kiếng nâu to. Ông thường ngồi lặng lẽ hút thuốc. Đó là dịch giả Lê Khắc Cầm, người bị bác sĩ cấm hút thuốc. Ở nhà buồn và bị các con "canh phòng cẩn mật", ông Cầm trốn con ra 27 hút thuốc cùng bạn bè rồi đi xe ôm về. Chỗ ngồi ấy, nhớ ông họa sĩ Đinh Cường mang một ba lô to, chậm rãi nhìn vào xem có bạn bè mình không mới vào. Bạn bè ngồi cùng nhau, nhắc lại ký ức về những ngày lũ lụt ở Huế cùng ông Lê Khắc Cầm chèo thuyền bẹ chuối đi uống cà phê. Quán cũng bập bềnh những chiếc bàn. Người cũng bập bềnh vừa giữ lấy cái bàn có ly cà phê vừa giữ chỗ ngồi. Và cả hai người đều không biết bơi.

Nơi ấy - lần đầu tiên tôi bước qua vách ngăn lạnh lẽo thông thường của họa sĩ Bửu Chỉ khi tình cờ nhìn thấy chiếc bật lửa có khắc những chữ la tinh kì lạ: "Mea culpa, mea culpa, mea maxima culpa". Hỏi ra mới biết đó chính là Kinh Cáo Mình của Công giáo: "Lỗi tại tôi, lỗi tại tôi, lỗi tại tôi mọi đàng". Một năm sau, không ngờ chính góc quán ấy, một buổi chiều cuối năm, những người bạn già trầm ngâm cùng nhau, rót một chén rượu xuống đất, nhớ Bửu Chỉ - nhân ngày giỗ đầu.

Tôi không thường đến 27. Những lần đến có khi gặp người lạ, có khi gặp người quen. Có khi chỉ là những người quen mặt nhau và ngoài ra không biết thêm được điều gì. Có một lần ở đây tôi gặp một người lạ. Người lạ ốm, hiền từ, giản dị và dễ gần. Tôi ngạc nhiên khi biết người lạ đó chính là

U.T, chủ nhiệm một tờ nhật báo lớn ở Sài Gòn trước năm 1975. Ông nói chuyện bằng vẻ từ tốn của mình. Những hình ảnh của chiến tranh qua đôi mắt của ông kì lạ và sống động. Ông kể về hai đứa trẻ chơi đùa cùng nhau trên một chiếc cầu - nối giữa hai giới tuyến và không hề biết nguy hiểm có thể giáng xuống bất cứ lúc nào. Tất cả những mảnh chuyện vụn được ông kể bằng giọng điệu đầy tình trìu mến dù chúng đã thuộc về thời gian của hơn ba mươi năm trước. Mãi đến sau này tôi mới biết ông nhiều bệnh lắm, và có thể ra đi bất cứ lúc nào. Thế mà tuyệt nhiên không hề thấy một chút bi quan, sợ hãi nơi ông, ngoài sự điềm tĩnh lạc quan và nhẹ nhàng đón nhận.

Chưa thấy ngày nào mà chỗ ngồi bên gốc cây vắng khách. Những người bạn đến và đi. Người có mái tóc giống bờm sư tử vẫn lắc lắc cái bờm của mình đều đặn ngồi ở đấy buổi sáng trước khi đi làm. Không cố ý chờ ai, không cố ý đợi ai. Nhưng những cuộc gặp mặt bao giờ cũng là những niềm vui. Chiếc bàn ở đó theo thông lệ được xếp lại khi không có người tóc bờm và bạn bè mình. Thế rồi ngày nọ, người tóc bờm vào quán và thấy chỗ ngồi quen có ai đó đang ngồi - hẳn là cậu bé phục vụ mới chưa quen nên đã xếp chỗ cho khách lạ. Người tóc bờm hãy còn đang đứng tần ngần chưa biết làm sao thì người khách của chiếc bàn kia đã đứng dậy, xin lỗi và trả chỗ ngồi quen lại cho bác.

Đã biết bao người ngồi nơi ấy đã đi xa mãi như nghệ sĩ Hoàng Thư, đạo diễn Bùi Sơn Duân, nhạc sĩ Trịnh Công Sơn, họa sĩ Bửu Chỉ, bao nhiêu người làm khách viễn phương như Vương Đức Lệ, Đinh Cường lâu lâu ghé về thăm một lần...

Vậy có nghĩa là "văn phòng liên lạc" dưới gốc cây của cà phê 27 Nguyễn Thị Diệu đã được công nhận rồi chăng?!

Ghiền hẻm

• *Võ Phi Hùng*

Từng con hẻm có một hình hẻm khác nhau do nhà tọa lạc quy định. Có hẻm nằm ngay trước cửa nhà, thò chân bước ra là chạm hẻm. Có hẻm ở sau nhà, hẻm cặp vách hông. Có hẻm thẳng đuột, hẻm quanh co, hẻm đầu to đuôi hẹp... lép. Dẹp đến nỗi hai người đi bộ ngược chiều phải chuyển sang thế "lá hẹ" mới lọt qua được.

Loại hẻm này thường gây ra tình huống khó chịu cho đôi kẻ nào đó xích mích không ưa ngó mặt nhau, "oan gia ngõ hẹp", tiến thoái lưỡng nan, ngán ngẩm.

Có hẻm từ mặt đường lộ tuôn xuống là một con dốc vừa cao vừa gắt, muốn vô hẻm phải đâm bổ đầu xuống. Mùa nắng gió thốc bụi trên đường lộ vãi

ùa xuống hẻm. Mùa mưa đọng ngay dưới chân dốc là một đám lầy. Xe hai bánh từ đầu dọc rẽ ngoặt lao xuống, yếu tay lái chút xíu là... "khảo sát sình".

Loại hẻm dốc này mưa to là trở thành... dòng suối phố. Trẻ con ham thích thả thuyền giấy, mò cá tưởng tượng, bắn nước vào nhau vui cười thỏa thích. Đám lớn hơn dàn trận đá bóng nước. Lũ chó ngồi chồm hổm nơi ngạch cửa theo dõi như thèm chơi lắm.

Chỉ những người lao động vất vả đi làm về khuya, dáng mệt rã rời, chân dầm trong nước lạnh tanh. Thiếu nữ áo dài tha thướt về đến đầu hẻm tụt giày, xách toòng teng, quần xăn quá gối lội bì bõm.

Lại có con hẻm hẹp "*ve sầu*" luôn, ngày không có ánh mặt trời, đêm không có đèn chiếu rọi. Đi qua đó, chợt nhớ như ngồi xe lửa chui qua hầm ngầm tối om. Đang sáng rực lại chui vào chỗ tối, tựa như bị lạc vào cõi u mê. Để rồi lúc ló đầu ra, ánh sáng vụt từ trời cao dội xuống bao bọc lấy châu thân, có cảm giác hoàn hồn sống lại.

Thôi thì đủ các thể loại: Hẻm uốn lượn mình xà, hẻm tà tà dích dắc, hẻm bị cắt, bị bít, hẻm đầu, hẻm đít, hẻm có cây mít, hẻm xít bên cây xoài, hẻm lia thia nhà thòi ra thụt vào, hẻm bị cào đứt khúc vì giải tỏa...

Hẻm 24 giờ

Đêm hẻm tuy sâu, nhưng nằm trong lòng thành phố lớn, năng động nên tiếng xe cộ ngoài đường vẫn không ngơi ngớt âm âm vọng vào nghe tựa như giọng... á ơi ru ngủ.

Và rồi chẳng mấy chốc, vào khoảng bốn giờ khuya, sương đêm còn ướt lạnh mái tôn, tiếng mõ cần mẫn từ các ngôi chùa nhỏ dáng vẻ khiêm cung tự tại "lốc cốc, beng" cất lên. Hồi chuông chùa như tiếng thở ấm áp, dần dà hồi phục lại sức sống sau một quãng đêm nhiều vắng lặng.

Rồi đến tiếng chuông nhà thờ náo nức thúc giục "người ơi trỗi dậy đến với niềm tin".

Âm vang vọng lại từ phía đường ray là hồi còi tàu hỏa thôi thúc: "Đây đường thiên lý".

Và một ngày trong mọi con hẻm vội vã bắt đầu.

Đúng sáu giờ rưỡi, giọng rao hàng ăn quen thuộc cất lên: "Bánh mì nóng giòn đây...". Tiếp liền theo là tiếng bánh xe nay đã mòn vẹt lạch cạch rên rỉ thay cho đôi quang gánh ngày nào, cất tiếng rao: "Ai bánh canh giò he...eo hôn!". Mùi thơm len vào các khe cửa, ghẹo lỗ mũi, trêu cái bao tử buổi sớm đói meo.

Rồi đến chiếc xe đạp lộc cộc, thắng bằng đôi dép lê "xàn xạc" với giọng rao nặng nhựa thuốc lào say: "Xôi khúc, xôi gà, xôi vò, xôi đậu đen đây!". Chỉ cần mỗi chiếc xe đạp cà tàng trước ràng sau buộc cồng kềnh lôi thôi là đủ cung cấp đủ loại xôi. Thật trông người nỗ lực mưu sinh mà thương.

Dành cho đám cư dân tuổi nhà trẻ, ông bà già móm mém vì răng cỏ đã "bỏ đi xa" là giọng rao: "Cha...áo sư...ườn đâ...ây!". Đến khi người lớn đi làm, trẻ vào trường học thì các bà nội trợ, người già, cô giúp việc được chào mời bằng giọng rao khác: "Cải bẹ xanh, bí đỏ, thịt, cá, tép tươi ngon đây!". "Mài dao, bơm quẹt ga đâ...ây". " Mười ngàn năm cái khăn đây!". "Dép cũ đổi dép mới đâ...ây!".

Nói chung không thiếu một thứ gì mà con hẻm không cung cấp đầy đủ cho một bữa cơm bình dị, bổ dưỡng.

Tạm ngưng thời khắc mua vào, đến khoảng chín giờ trở đi là thời gian bán ra. Ve chai "đẳng cấp thấp" đi xe đạp, gom tất tần tật các thứ thải ra trên cõi đời này: giấy báo, giấy thùng, dây đồng, dây kẽm, chai hũ nhựa, kính vỡ, sách cũ... Cho dù đó là một cuốn bách khoa tự điển, hay các tác phẩm tầm cỡ thế giới, nếu đem ra bán thì cũng đều nằm trên bàn cân tính tiền bằng ký lô ngang cơ giấy vụn.

Ve chai "đẳng cấp cao" luôn cất giọng rao dài, thông suốt, giòn giã, mang tính chất liệt kê: "Mua bình tăng giảm điện, đồng hồ điện, tivi, đầu máy, quạt trần, quạt điện, mô tơ, máy bơm nước, lò ga, tủ lạnh, máy lạnh, giường, tủ, bàn ghế đây!".

Một ông tuổi sồn sồn nói đùa: "Cha này khôn quá. Mua sạch đồ trong nhà. Chỉ còn mụ vợ là không mua".

Xế trưa bỗng nghe vang lên một giọng Huế nghe thật thân thương: "Ai ba...ánh bèo, bu...ún xào" uốn lượn ngân dài cung bậc từ thấp vươn cao như làn khói.

Thời hiện đại, trong con hẻm lại xuất hiện lời rao bằng băng từ, văn vẻ được tô điểm hẳn hoi, có khi kèm lời chính luận, hõi hỡi rất chi là nồng nhiệt như "keo dính chuột, một hóa phẩm tuyệt vời, kết hợp với phong trào ba diệt: Tiêu diệt cho bằng sạch lũ chuột, ruồi, gián. Tuy nhiên, cũng nói theo giọng chính luận thì rằng là "kết quả còn hạn chế".

Lại ngân nga: "Bánh mì Sài Gòn, đặc ruột thơm bơ, một ngàn một ổ". Hoặc khúc nhạc "Lambada" rộn rã của xe bán kem.

Và khi đêm lại về trên các con hẻm, âm thanh giản đơn từ tay người vang lên thì có tiếng "lách cách" của đứa nhỏ bán mì gõ, tiếng "lóc xóc" của tay đấm bóp dạo rơi mãi vào giấc khuya xa vắng.

Hẻm 12 cung bậc

Đó là nơi hội tụ những tình cảm tinh chất của đời sống cộng đồng, xúm xít bên nhau, ngã nâng thân cận. Gây gổ có thể tốc mái nhà nhưng cái nền tình thân chung hẻm vẫn tự nhiên giữ lại, nuôi nấng vun bồi.

Trong con hẻm có đám ma. Cờ phướn của "nhà thầu đám" treo rủ ở các đầu hẻm, vừa báo tin buồn, vừa chỉ đường cho khách xa đến viếng, lại vừa tự quảng bá cho thương hiệu của nhà đòn.

Từ mười giờ đêm trở đi, nhóm "văn nghệ pêđê" kéo tới. Được biết người nằm trong quan tài vốn là người chồng trẻ chết vì tai nạn giao thông, "nữ ca sĩ" liền não nề: "Đường chẳng riêng hai chúng mình. Nên khi... vắng anh... đường đã thay tên...." Lúc động quan tiễn biệt người "sanh ký tử quy" dàn kèn đồng trỗi lên ai oán: " Chiều mưa biên giới anh đi về đâu?".

Đám ma trong hẻm có buồn có vui. Đám cưới lại vui tá lả luôn! Nhà chật nên tự nhiên phải mượn con hẻm che rạp, dựng lán, giăng đèn, kết hoa. Có tạm trở ngại việc đi lại nhưng dân hẻm cũng thấy đều tự nhiên chấp nhận theo lẽ "giờ chuyện người, sau chuyện ta". Ai nấy đều chúc cho tân lang và tân giai nhân đẹp duyên cầm sắt, hạnh phúc đến ngày răng long đầu bạc.

Đám cưới trong hẻm nhận được món quà độc đáo mà có tiền cũng không mua được: Đó là sự vui lây, háo hức của đám trẻ con. Hãy nhìn vào mắt bọn trẻ đi, sẽ thấy đời đáng... cưới biết bao!

Ăn nhậu, đàn hát, nhất là tiết mục karaoke "Tui hát tui nghe" mà dẫu cho ca sĩ ngôi sao cũng kém xa. Bởi lẽ thường tình: Ai hát hay hơn tui!

Rồi gặp khi tối lửa tắt đèn, nhà ai đó có người phải đưa đi cấp cứu, tức thì mọi nhà đều sáng đèn, cửa mở, người bước ra săn sái phụ một tay, chỉ vẽ kinh nghiệm, chia sẻ nỗi lo âu.

Gặp lúc đất trời "làm ngặt", nghe tin bão lụt, miền xa, trong hẻm ai ai cũng vướng vít chút ít ruột rà ở một nơi nào đó liền xôn xao than thở, tự nhiên móc hầu bao ra đóng góp, lục lọi mớ áo quần không dùng đến nữa, cùng với chăn màn đem đóng vào bao, thùng trìu mến, thân thương gửi đi.

Cứ gộp năm, bảy con hẻm lại thế nào cũng có vào "đấng" lưu linh nổi đình nổi đám lè nhè bê bối có ồn áo ngậu xị nhưng cũng chẳng hại ai.

Có khi lại còn lòi ra một "bậc hiền nhân" đi lòng vòng suốt ngày, gặp ai cũng toe toét cười nói mỗi một từ chào hỏi bằng tiếng Anh: "Hello!", rồi tịt. "Đấng" này đầu tóc thường bù xù, quần áo không được sạch sẽ cho lắm, được dân trong hẻm đánh giá là khùng hiền. Thỉnh thoảng "bậc hiền nhân hé lộ!" bỏ đi giang hồ một thời gian. Người trong hẻm đều hỏi han chẳng biết y phiêu bạt nơi nào. Và chợt cũng nao nao lòng cho một người quen biết vắng xa.

Sài Gòn hoa lệ nhưng cũng có vạn con hẻm nghèo còn đó. Tình người trong các con hẻm luôn ăm ắp, đầy đặn, sẻ chia.

Ở lì trong nhà chừng một ngày là nhớ ra ngoài ngõ. Đi chơi xa vài ngày chợt thèm quay về con hẻm nhà thân thương.

Giả định như Sài Gòn không có bao con hẻm nghèo, là chắc đã mất đi hơn phân nữa cái tình của Sài Gòn rồi.

Vì vậy nói không ngoa: Sống lâu trong hẻm sinh... ghiền hẻm!

Luyến lưu tình hẻm

• *Võ Phi Hùng*

Ngoài đám cưới đám ma, trong các con hẻm ở Sài Gòn còn có ngày Tết Nguyên Đán tưng bừng và các đám cúng cô hồn tháng Bảy âm lịch vui tá lả luôn!

Ngày nay, chỉ còn trong các con hẻm thật nghèo hình ảnh từng đám trẻ tụm năm tụm bảy kéo nhau đi lang thang giành giật đồ cúng.

Gia chủ bày ra trước mảnh sân nhà đủ thứ đồ cúng rẻ tiền như bánh nếp không nhân, bánh ngọt, quýt còi, mía chặt từng khúc, kẹo dừa, đậu phộng luộc...

Trong mâm cúng nếu như có con gà luộc vàng tươm hoặc miếng thịt heo quay da giòn đỏ ngậy, gia chủ luôn đặt trên mâm để sát cửa nhà, đợi khi nhang tàn, hô: "Giật!", là gia chủ phải nhanh tay "giật" con gà hoặc miếng thịt heo quay đem vô nhà trước khi "lũ cô hồn sống" như nước vỡ bờ tràn lên...

Kế đến tiết mục tung tiền. Hồi ngân hàng đổi tiền nhỏ lẻ từ đồng cắc sang đồng giấy, khi mớ tiền được tung lên, bay phất phơ như những cánh bướm, cả đám trẻ nhảy cẫng lên giành giật, cuối cùng mỗi đứa chỉ còn manh mún vài mảnh tiền vô dụng, bất tiện vô cùng. Nay tiền cắc trở lại, khía cạnh nào đó cũng làm cho phong tục giật "cô hồn" vào rằm tháng Bảy thêm rộn rã tưng bừng. Không tưng bừng sao được, một lũ nhóc bồn chồn đứng chầu hẫu, gia chủ thì thấp thỏm canh mâm cỗ cúng, nắm tiền cắc lấp lánh vừa tung lên, lũ nhóc đã nhào vô như gà mổ thóc!

Có hai cách giật đồ cúng, tạm gọi "giật nóng" và "giật nguội". "Giật nóng" là nhào thẳng vô mớ đồ cúng cuống cuồng ra sức vơ lấy vơ để gom về mình đủ thứ, càng nhiều càng tốt. Còn "giật nguội" là chờ mấy tên "giật nóng" ôm cả đống ra liền... giật lấy của nó.

Thời nay, phát sinh thêm kiểu "giật lạnh". Kinh tế khấm khá dần, đám trẻ dư ăn, không còn ham giật đồ cúng nữa. Trước giờ cúng, gia chủ phải đi khắp hẻm trên hẻm dưới rao: "Ê, nhà tao cúng. Nhớ tới giật nghe!". Nể tình, bọn trẻ uể oải kéo tới, nhưng nhang tàn cũng cóc thèm nhào vô. Gia chủ phải hốt từng nắm đồ cúng phân phát tận tay bọn chúng. Có nơi, gia chủ phải ra giá: "Ăn giùm một chén cháo đường thưởng hai đồng". Cũng có vài đứa phình bụng ra ăn, gom tiền chơi điện tử.

Đến thời làm ăn khá giả, những con hẻm nghèo lại trải qua một lần thay đổi nữa, tạm gọi là "thời kỳ người nghèo bỏ hẻm".

Mới nghe thấy mừng, tưởng họ ăn nên làm ra, dọn nhà ra mặt tiền xênh xang.

Thế nhưng thực tế cuộc sống lại "ép phê ngược". Sự thể là giờ đây là nhiều người có tiền, vào xóm mua luôn hai, ba căn nhà lụp xụp, chủ yếu là lấy cái nền và bảng số nhà xây lên một ngôi nhà to lớn, cao vài ba "tấm", tường cao cửa sắt bệ vệ, đóng, mở kéo nghe rèn rẹt, khua nghe chan chát.

TAM ĐAO HOTEL
VỤ BẢN
BÚN MẮM
SÚP CUA
MÌ

Những ngôi nhà khang trang, sang trọng này ngày càng nhiều, thu hẹp, chia cắt đám nhà lụp xụp teo tóp dần, trông có vẻ oặt òa oặt oại, đìu hiu.

Các ngôi nhà lớn kín cổng cao tường có lối sinh hoạt khác. Họ có các mối quan hệ làm ăn, vui chơi với người từ nơi khác đến, ít giao du với người trong xóm. Họ dắt xe ra khỏi hàng rào, cửa sắt đóng ập, phóng luôn ra đường. Lúc về, cửa lại mở và đóng. Họ hát karaoke riêng, chơi điện tử riêng, giỗ chạp, đám cưới mời toàn người ở nơi khác đến.

Có vẻ họ đem một lối sống nhà ai nấy ở từ đường lớn vào ngõ hẻm.

Vào mùa Giáng sinh, có mấy "Ông già Noel" mặc bộ đồ đỏ, râu tóc bạc phơ, phóng xe Honda vào các con hẻm ngoằn ngoèo. Đám con nít hẻm nghèo chạy túa theo bám thành cái đuôi dài sau xe máy, reo hò: "Ê! Ông già Noel tặng quà!".

Thế nhưng, những chiếc xe máy đó chỉ dừng lại trước các ngôi nhà to lớn khang trang, bấm chuông, nói lời chúc mừng và trao quà cho các em vốn đã nhiều may mắn, tràn trề hạnh phúc sau hàng rào song sắt...

Bọn trẻ hẻm nghèo đang reo hò bỗng dừng khựng lại, trố mắt, rồi... xuội lơ vì thèm thuồng món quà không phải dành cho mình.

Tuy vậy, ông già Noel trong mộng mơ vẫn luôn sống động trong tâm hồn đầy khát khao của chúng.

Một đứa trong bọn vô tư nói: "Kiếp sau... tới phiên tụi mình được tặng quà!".

Những ngôi nhà lụp xụp bán lại để cất nhà to giờ thì trôi dạt xa hơn nữa ra ngoại ô. Tuy nhiên, nhớ hẻm cũ nên họ vẫn quay về tìm người quen hàn huyên tâm sự, ăn bữa cơm thân tình.

Có người rời xa hẻm bỗng lâm vào cảnh tang gia có người thân qua đời, sợ "nằm" ở chỗ mới, người mới thiếu độ tình thâm, nên đưa xác về quàn tại ngôi chùa nhỏ gần hẻm cũ. Người dân trong hẻm kéo ra cúng viếng, kể lại bao chuyện đã qua với người nay đã yên nghỉ... Và rồi, mai sẽ ra đi trong luyến lưu "tình hẻm"...

Cà phê... bọp

• *Trần Tiến Dũng*

Chúng tôi như nhiều người Sài Gòn khác, mỗi lúc có việc đi ngang qua hông nhà thờ Đức Bà thấy thiên hạ tụ tập ở góc đường Hàn Thuyên mà không hiểu họ chụm lại ở đó để làm chi. Phải chăng họ chụm lại đó mỗi buổi sáng giữa khu trung tâm đẹp nhất của Sài Gòn chỉ để ngó áo quần đàn ông bảnh bao, đàn bà hở ngực, hở bụng mát mẻ!

Tôi đem cái thắc mắc ấy hỏi một nhà thơ mới hai lăm tuổi nhưng đã có hơn mười năm ngồi ngó ra đường để giết thời gian ở mọi quán cà phê bụi Sài Gòn, anh vỗ yên sau xe gắn máy nói:

- Đại ca lên xe, mình đi uống cà phê bẹp.

Cà phê bẹp! tức là ngồi uống cà phê, và "hứng thú" đặt cái mông của mình bẹp sát xuống bề mặt của lối đi bằng xi măng ở công viên Lê Duẩn, bẹp xuống trước quảng trường mặt tiền dinh Thống Nhất, bẹp xuống ngồi đối diện với vách tường gạch luôn có màu hồng tươi của Vương Cung Thánh Đường Sài Gòn.

Bạn ơi, coi đi, không kể chi là Sài Gòn, cả xứ Việt Nam này có chỗ nào mà vị trí ngồi bẹp uống cà phê oách và sướng vô cùng như thế!

Nhưng rốt cuộc, cà phê bẹp theo cách hiểu thông thường thì không thể gọi đó là một quán cà phê. Không bảng hiệu, không ghế ngồi, không nhạc, không hề có bất cứ hình thù gì để cho ra một cái quán. Đích thực là ở đó có bán các loại cà phê, nước giải khát, thuốc lá, có người phục vụ tận chỗ ngồi bẹp.

Ông chủ quán, một chàng trai khoảng ba mươi tuổi, tay cầm một xấp tiền đi tới đi lui, mặt mũi rạng rỡ nói với tôi:

- Nguyên cái công viên Lê Duẩn trên góc đường Hàn Thuyên này nay là quán của em. Tin hay không thì tùy.

Chúng tôi có mặt ở quán vào sáng chủ nhật, lượng khách ngồi bẹp khắp công viên có trên cả trăm, chỗ chật thì khách ngồi bẹp sát lại bên nhau, chỗ thưa thì khách ngồi bẹp ngửa người duỗi chân, thẳng gối thẳng lưng thật là thoải mái hết ý.

Điều đáng lưu ý là "Thượng Đế" của cà phê bẹp toàn là những chàng và nàng đầu xanh tuổi trẻ, ai cũng đẹp cũng xinh, từ áo quần đến da thịt ai ai cũng căng tràn sức sống.

Anh chủ quán lại có ý khoe cái bếp, còn gọi là chỗ pha chế cà phê. Níu tay tôi anh nói:

- Thấy chưa, chiếc xe hơi bảy chỗ ngồi hiệu Mit-su-mít-si là nhà bếp của tôi đó cha nội. Xe hợp pháp, chỗ đậu hợp pháp nghen.

Không riêng gì tôi, mọi người đều bị bất ngờ về chuyện cái bếp trên xe hơi của anh, có cả chỗ nấu nước sôi, đập nước đá, cái bếp hái ra tiền vào loại hiệu quả và lạ lùng nhất trên "toàn cõi Việt Nam".

Người bạn họa sĩ ngồi uống cà phê cùng tôi còn góp cho ông chủ quán một sáng kiến.

- Này, phải sắm thêm một chiếc To-yo-ta để cho bà con đi tè nữa mới đúng tiêu chuẩn quốc tế nghen.

Anh chủ quán cười hì hì. Đúng lúc ấy chúng tôi nghe tiếng nước chảy xè xè, nghe cái lưng ươn ướt, không ai bảo ai, mọi người tự giác nhóm đít lên cho bà công nhân cây xanh xịt nước tưới cỏ công viên. Uống cà phê bẹp đúng là thú vị, bởi một khi rời quán, người này nhắc người kia dòm cái mông của mình coi còn "trong trắng hay đã nhuốm bụi đất trần ai".

Cô nàng phục vụ đang gom rác "giải khát" bỏ vào thùng rác công cộng, đưa mặt ra nói:

- Anh ơi, cho em một tấm hình đăng báo với!

Tôi choàng vai anh chàng chủ quán hỏi nhỏ:

- Tới chuyện đổ rác anh cũng được ưu tiên không tốn tiền, thân thế ra sao mà được phép kinh doanh hoành tráng vậy?

Anh chủ quán cho biết: quán cà phê số 3 Hàn Thuyên trước đây là nhà của anh, nhưng từ khi cho

một công ty dược phẩm thuê, họ không cho anh bán cà phê trước cửa nữa nên anh có sáng kiến dọm tiệm sang công viên để tiếp tục hành nghề. Tính ra tiền tháng cho thuê cái biệt thự số 3 Hàn Thuyên so với lợi nhuận thu được từ quán cà phê bẹp coi như bằng nhau. Tôi hỏi cỡ bao nhiêu thì anh nghiêm mặt không nói.

Cái ly nhựa đựng "đen-đá" của tôi đã cạn, tôi thấy mình có nhu cầu ngồi "triền miên" ở quán cà phê bẹp này để tận hưởng thời khắc đẹp nhất, không gian đẹp nhất, những gương mặt trẻ nhất của Sài Gòn nên gọi thêm một ly trà đá. Sở dĩ tôi quyết định chỉ uống thêm một ly trà đá vì nghe theo lời một người bạn trẻ ngồi bẹp kế bên nhiệt tình căn dặn:

- Bác mà uống nhiều mất công chạy về cơ quan tìm chỗ xả lắm đó nghen.

Buổi sáng mặt trời chưa lên cao lắm, sau chuyện bị bà tưới nước công viên làm ướt nhẹp cái lưng, bây giờ tôi lại cảm thấy hơi ẩm của sàn xi măng thấm vào cái mông âm ấm và nhột nhột. Ngó qua

chỗ mấy cô gái tuổi sinh viên ngồi bên cạnh, thấy các cô yên tâm ngồi bẹp xuống mấy tờ báo, tôi nhủ lòng, lần sau tới uống cà phê cũng mua một tờ báo, ruột quảng cáo lót ngồi cả xấp cho êm, còn các trang chính thì đọc nhâm nhi suốt buổi sáng. Đúng là ở quán cà phê bẹp một người trung niên như chúng tôi có quyền tự mình nhìn ngắm mình rất "hót" tuổi teen, còn những người trẻ có quyền tạo ra không khí trí thức trẻ, tự nhiên như một blog riêng giữa nhịp sống Sài Gòn hỗn độn ồn ào kinh khủng!

Mục Lục

Lời nói đầu 5

Bóng câu qua lối thiên đàng 7

Lê Công Kiều
- Kho tàng những tạo vật phù du 19

Nơi chúng tôi đã ngồi 29

Có một chút Paris... 37

Đại lộ Nevski Sài Gòn 45

Tôn Thất Thiệp
- Bức tranh hợp tuyển văn hóa 53

Buổi sáng ở phố Miên 65

Phạm Ngũ Lão,
con đường của "Quyền lực thứ tư" 73

Hải Thượng Lãn Ông - Lọ lem đón Tết 77

Từ Ả Rập đến đồ cổ:
đời sống con đường Lê Công Kiều 83

Dấu xưa ở Sài Gòn 93

Qua ô cửa kính 101

Quán chùa - LaPagode
Chuông không tiếng tự bao giờ... 109

Hội quán Tam Điểm 117

Không gian tiệm nước 121

Vụ bùng nổ kinh tế bắt nguồn từ quá khứ:
Những hồi ức của cư dân
đường Phạm Ngũ Lão 127

Hè phố ấy 143

Sài Gòn qua cửa kính xe bus 149

Không biết thì hỏi sư phụ xe ôm 159

Hớt tóc vỉa hè Sài Gòn 171

Café hẻm và thi sĩ vỉa hè 179

Sài Gòn hẻm 187

Đời hẻm 193

Cái bàn nơi góc quán dưới tán cây 203

Ghiền hẻm 209

Luyến lưu tình hẻm 221

Cà phê... bẹp 227

TỔNG PHÁT HÀNH

Công ty TNHH Sách Phương Nam

940 Đường Ba Tháng Hai, phường 15, quận 11, TP.HCM
496 Nguyễn Thị Minh Khai, phường 2, quận 3, TPHCM
ĐT: (08) 38.321.846 - 39.618.476 - Fax: (84.8) 38.321.846
Website: www.phuongnambook.com.vn

• TP. HỒ CHÍ MINH:

* **Nhà sách Phương Nam - Parkson Lê Thánh Tôn:** Lầu 3 TTTM Parkson, 35-45 Lê Thánh Tôn, Q.1, ĐT: 38.258.151.
* **Nhà sách Phú Thọ:** 940 Đường Ba Tháng Hai, Q.11, ĐT: 38.644.444.
* **Nhà sách PNC - Đại Thế Giới:** 105 Trần Hưng Đạo B, P.6, Q.5, ĐT: 38.570.407 - 38.536.090.
* **Nhà sách Dược Khoa:** 2A Lê Duẩn, P. Bến Nghé, Q.1 - ĐT: 38.229.650.
* **Nhà sách Phương Nam:** Lầu 2, Saigon Center, 65 Lê Lợi, Q.1, ĐT: 38.217.131.
* **Nhà sách Nguyễn Oanh:** 00 Nguyễn Oanh, P.10, Q Gò Vấp, ĐT:38.944.835.
* **Nhà sách Nguyễn Thái Sơn:** 86A Nguyễn Thái Sơn, P.3, Q. Gò Vấp, ĐT:38.944.835.
* **Nhà sách Phương Nam** *(Coopmart Nguyễn Kiệm)*: 571 Nguyễn Kiệm, Q. Phú Nhuận, ĐT: 39.972.476.
* **Nhà sách Phương Nam** *(Coopmart Xa lộ Hà Nội)*: 191 Quang Trung, P. Tân Phú, Q.9, ĐT: 37.307.995.
* **Nhà sách PNC - Phú Mỹ Hưng:** S1-1, S2-1, S3-1 khu phố Sky Garden 1 Nguyễn Văn Linh, Q.7, ĐT: 54.102.474.
* **Nhà sách Cộng Hòa:** 15-17 Cộng Hòa, P.4, Q.TB, ĐT: 38.944.835.
* **Nhà sách Hùng Vương:** 126 Hùng Vương, Q.5, lầu 2, ĐT: 62.220.225.
* **Nhà sách Phương Nam:** lầu 2 siêu thị An Phú, 43 Thảo Điền, Q.2.
* **Nhà sách Phương Nam:** sân bay Quốc tế Tân Sơn Nhất, P.2, Q. TB.
* **Nhà sách Suối Tiên:** Tầng 1, Coopmart 120 xa lộ Hà Nội, P. Tân Phú, Q.9, ĐT: 37.252.098.
* **Book Outlet Phương Nam:** 496, Nguyễn Thị Minh Khai, P.2, Q.3, ĐT: 3601.8940.

• CẦN THƠ: **Nhà sách Phương Nam:** 06 Hòa Bình, TP Cần Thơ - ĐT: (071) 3.813.436 - (071) 3.813.437.

• NHA TRANG: 17 Thái Nguyên, P. Phước Tân, TP. Nha Trang - ĐT:(058) 2.221.029, Fax:(058) 3.819.958.

• ĐÀ NẴNG: **Nhà sách Phương Nam:** 252-254, Lê Duẩn, Đà Nẵng - ĐT: (0511) 3.821.470 - 3821.471.

• QUẢNG NAM: **Hội An thư quán:** 06 Nguyễn Thị Minh Khai, TX Hội An, Quảng Nam

• HUẾ:

* **Nhà sách Phú Xuân:** 131-133 Trần Hưng Đạo, TP.Huế - ĐT: (054) 3.522.000, Fax: (054) 3.522.002.
* **Nhà sách Phương Nam - Làng nghề Huế:** 15 Lê Lợi - TP Huế - ĐT: (054) 3.946.766 - Fax: (054) 3.946.768.

• HÀ NỘI:

* **Nhà sách Phuongnambook:** TT chiếu phim Quốc Gia, 87 Láng Hạ, Q. Ba Đình, Hà Nội - ĐT: (04) 39.724.866
* **Nhà sách Garden Mall:** S3-08 tầng 3 TTTM Garden Mall đường Mễ Trì, xã Mễ Trì, huyện Từ Liêm, Hà Nội - ĐT: (04) 3.733.6235
* **Nhà sách Phương Nam:** Vincom Galleries, 114 Mai Hắc Đế, Hai Bà Trưng, Hà Nội, ĐT: (04) 22.225.238.

HẢI PHÒNG: **Nhà sách Phương Nam:** Lầu 3, TD Plaza, ngã 5 sân bay Cát Bi, P. Đông Khuê, Q. Ngô Quyền, TP. Hải Phòng, ĐT: (031) 3722.306-3722.305.